Em muốn có một cuộc tình già với Anh

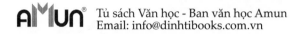 Tủ sách Văn học - Ban văn học Amun
Email: info@dinhtibooks.com.vn

EM MUỐN CÓ MỘT CUỘC TÌNH GIÀ VỚI ANH

Biên mục trên xuất bản phẩm của Thư viện Quốc gia Việt Nam

Hoàng Anh Tú
    Em muốn có một cuộc tình già với anh : Tạp văn / Hoàng Anh Tú. - Tái
bản lần thứ 2. - H. : Văn học ; Công ty Văn hoá Đinh Tị, 2016. - 304tr. ; 18cm. -
(Tủ sách Văn học)

    1. Văn học hiện đại 2. Tạp văn 3. Việt Nam
    895.9228408 - dc23

                                                        VHD0042p-CIP

Em muốn có một cuộc tình già với anh

(Ghi chép những ngày học cách yêu vợ của một anh chồng vô tâm)

Tác giả: HOÀNG ANH TÚ

Mỗi cuốn sách được mua sẽ góp 365 đơn vị Hạnh Phúc cho hôn nhân của bạn!

Một cuốn sách sến sẩm nhất quả đất!

Mỗi người đọc cũng chính là một tác giả của cuốn sách này. Một cuốn sách không chỉ để đọc cùng nhau mà còn là để hiểu đến tận cùng người bạn đời của mình!

Cuốn sách này để tặng cho:

Người vợ tôi muốn sống già cùng: Nguyễn Lê Trang!

Cùng hàng triệu người vợ khác đang tìm kiếm hạnh phúc cho cuộc hôn nhân của mình.

Cuốn sách này được mua ngày: ....

Được viết thêm bởi: ....

Và dành tặng cho người bạn đời đặc biệt của tôi:

....

VIẾT TRONG LẦN TÁI BẢN THỨ 2!
TIN THÊM CHO YÊU THƯƠNG

Cho đến lúc này, khi trên tay bạn đang cầm giữ cuốn sách đặc biệt về Hạnh Phúc, cuốn sách truyền cảm hứng cho hôn nhân này của tôi, thì ngoài kia, đã có đến hơn 50.000 người phụ nữ như bạn - cũng tin vào hạnh phúc và được truyền cảm hứng từ cuốn sách này. Lần tái bản thứ 2 để bắt đầu một vòng đời mới nữa cho cuốn sách này, truyền cảm hứng nhiều hơn nữa, mạnh hơn nữa, lây lan và đi xa hơn nữa!

Tôi đã thấy những sẻ chia từ những người vợ, người phụ nữ khi đọc và cùng tham gia viết vào cuốn sách này. Với tất cả những ước muốn, những tâm sự, những thầm kín đã được bóc mở dần từng chút - để dành tặng cho người đàn ông mà họ thiết tha muốn được cùng hưởng tình già.

Tôi đã thấy những lấp lánh hạnh phúc trong mắt những người vợ, bạn gái khi cùng hồi tưởng lại những năm tháng tươi đẹp của chính cuộc tình trẻ của mình, về những năm tháng đầu tiên, về những ước muốn gần, về cả những nhắn nhủ, khơi gợi và lãng mạn.

Tôi nghĩ, đó chính là món quà lớn nhất mà tôi đã có được khi làm ra cuốn sách này: Truyền được đi cảm *hứng cho 50.000 cuộc hôn nhân đã - đang - sắp và sẽ hạnh phúc hơn.*

Thưa những người đàn ông được tặng cuốn sách này!

Nếu anh biết, người phụ nữ mua tặng anh cuốn sách này là người phụ nữ hết mực yêu anh.

Nếu anh biết, người phụ nữ đã bỏ ra rất nhiều thời gian để ghi chép vào đây những tâm sự của mình.

Nếu anh biết cuộc đời vốn quá ngắn ngủi để chúng ta giữ hạnh phúc, nuôi dưỡng tình yêu này.

Nếu anh biết những điều viết trong cuốn sách này không có gì là quá cao xa - không có gì là quá khó làm và không có gì là quá phiền phức.

...

Thì tôi nghĩ, anh là người hạnh phúc nhất ở đây!

Anh là một người đàn ông hạnh phúc nhất ở đây!

Tin tôi đi!

Và hãy dành ít phút để đọc nó như nhâm nhi một ly bia cuối ngày!

Với lần tái bản thứ 2 này, tôi thật lòng mong sẽ lại được đón nhận những chia sẻ từ nhiều hơn nữa những người đàn ông được tặng sách. Không phải cảm ơn tôi đâu! Mà chỉ là hãy yêu lấy vợ mình, bạn gái mình nhiều thêm hơn chút nữa. Tôi nghĩ đó mới chính là thứ ngọt ngào nhất mà cả tôi và những người phụ nữ đồng tác giả của cuốn sách này mong đợi vậy!

Hoàng Anh Tú

Vài dòng về tác giả cuốn sách này:

Không phải cái "ông" Hoàng Anh Tú này dù "ông í" đã - đang - sắp từng có mười hai năm làm Chánh Văn báo *Hoa Học Trò*, đã từng lên rất nhiều chương trình truyền hình "chém gió" về hôn nhân - tình yêu, hay những bài viết (phần lớn trong cuốn sách này) của "ông í" trên Facebook đình đám với hàng trăm lượt chia sẻ, thích và bình luận (facebook. com/hoanganhtuh2t)

Mà là bạn!

Chính bạn mới là tác giả thực sự của cuốn sách này!

HÃY BẮT ĐẦU CÙNG CUỐN SÁCH NÀY!

Họ và tên bạn: ....

Tên người bạn đời của bạn: ....

Ngày khai sinh tình yêu của bạn: ....

Quan điểm của bạn về tình yêu: ....

Quan điểm của bạn về hôn nhân: ....

Những thứ kỳ diệu nhất mà bạn đang sở hữu lúc này:

....

....

....

....

Và mong muốn của bạn về cuộc hôn nhân của mình:

....

....

....

....

....

....

....

....

....

11

ĐÁNH VẦN VỀ HẠNH PHÚC

Hạnh phúc có khi là một bữa ăn ngon
được ở cùng nhau chia ngọt sẻ bùi
được hòa vào nhau không muốn tách rời
được đánh đắm mình trong đôi mắt ấy

Hạnh phúc lại có khi là trái tim được cháy
được nghe thêm một nhịp bên ngực phải dập dồn
được làm điều này điều nọ để người kia được hạnh
phúc hơn
được tỉnh giấc cùng nhau mỗi sáng

Hạnh phúc có khi ở rất xa
mà vẫn như kề cận

Hạnh phúc có khi lại là đôi cơn hờn giận
mà lòng vẫn thương

Ta có mơ mộng điều chi cao xa đâu.
Một hạnh phúc bình thường
như ánh đèn vàng cuối đường ai đợi
như nửa khuya ai đó cạnh trên giường
như nước mắt vì nhau mà ngưng lại
như bình yên, em trang điểm bên gương
Hạnh phúc an yên cùng nhau đi hết đoạn đường
tay còn trong tay, mắt còn nhau trong mắt
cuộc tình già
vì nhau sẽ thiết tha!

26.09.2015

PHẦN DÀNH CHO NGƯỜI ĐỌC

Hạnh phúc của em là:

NƠI TRÁI TIM TRÌU MẾN GỌI LÀ NHÀ!

Ai đó bảo: "Nhà là nơi ta nấu cho nhau bữa ăn mỗi tối."

Ai đó lại bảo: "Nhà là nơi trở về sau mọi cuộc đi."

Và ai đó lại cho rằng: "Nhà là Mái Ấm, nơi chúng ta ấp ủ nhau."

Với tôi, Nhà chỉ giản đơn là nơi có đầy đủ những thành viên của nó.

Dù đó là căn nhà cấp 4 hay biệt thự.

Dù đó là một quán ven đường hay căn bếp tuềnh toàng.

Thì chỉ cần đủ đầy bên nhau là đã đầy đủ.

Chẳng cần vợ nấu ăn ngon.

Đâu cần nể hà chuyện phải thế này hay thế nọ.

Không! Hạnh Phúc là biết Đủ!

Đi nhà hàng mà tề tựu đông đủ hay một bữa quây quần tại gia đâu phải là yếu tố cấu thành Hạnh Phúc.

Không phải bữa cơm.

Chẳng phải nơi chốn.

Mà là ở cùng nhau.

Mà là ở bên nhau.

Cảm thấy hạnh phúc.

Là Hạnh Phúc.

Đôi khi, là đôi khi nhé, chúng ta cứ hay giới hạn nhau trong mớ nguyên tắc, tiêu chuẩn mà quên rằng cảm nhận của chính chúng ta mới là điều quan trọng.

Đừng công thức hoá!

Đừng nguyên lý quá!

Đừng nguyên tắc quá!

Đừng tiêu chuẩn quá!

Thả lỏng đi!

Hãy CẢM NHẬN HẠNH PHÚC thay vì ĐỊNH GIÁ HẠNH PHÚC.

Bởi Hạnh Phúc tuỳ thuộc ở Cảm Nhận chứ không có mức giá, tiêu chuẩn nào hết đâu.

Và như thế, bạn sẽ dễ dàng Hạnh Phúc hơn.

Dễ dàng hơn rất nhiều.

Để trân quý và gìn giữ Hạnh Phúc bằng tự tâm chứ không phải bằng những tiêu chí, tiêu chuẩn.

Với tôi là thế.

Và tôi thấy thế ở những nhà hàng của tôi, nơi các gia đình vẫn thường lui tới. Để thưởng thức những khoảnh khắc hạnh phúc bên nhau.

Cùng nhau.

PHẦN DÀNH CHO NGƯỜI ĐỌC

Những điều em muốn khi chúng mình ở cùng nhau:

ANH VÔ TÂM ĐƯỢC KHÔNG?

Một đêm nọ, hai vợ chồng gác chân lên nhau bàn chuyện hôn nhân hạnh phúc và hôn nhân bất hạnh.

Vợ bảo: *"Em thấy lũ đàn ông đều là đám vô tâm, vô tình. Phụ nữ chẳng cần gì hết, chỉ cần đàn ông quan tâm đến mình thôi. Bao nhiêu cuộc hôn nhân đổ vỡ hoặc trở nên bất hạnh đều là bởi thói vô tâm của đàn ông."*

Rồi vợ đưa ra hàng loạt dẫn chứng từ rất nhiều kết luận của các cuộc mật nghị chị em. Nào là have sex xong là lăn ra ngủ. Nào là cả ngày đi làm tối về leo lên giường là ôm máy điện thoại.

Nào là vợ ôm thì gạt tay ra. Nào là không chịu nói chuyện với vợ. Nào là... nào là...

Tất nhiên, vợ vỗ về, anh thì không như họ!

19

Không! Anh cũng như họ thôi vợ ạ! Anh cũng là đàn ông và anh cũng vô tâm như họ. Chỉ là anh có em. Chỉ là vợ anh không giống những người phụ nữ ấy. Chỉ là cuộc hôn nhân của chúng ta có hai người cùng nỗ lực.

Em ơi, anh đã nói với em chưa, rằng chuyện tình yêu là chuyện của hai người. Chúng ta không bao giờ có được một cuộc hôn nhân hạnh phúc với chỉ một người nỗ lực. Chúng ta không có người vợ hạnh phúc sống cùng gã chồng không ra gì. Chúng ta không có ông chồng hạnh phúc nếu vợ anh ta không ra gì.

Em ạ, anh đã nói với em chưa, về sự trân trọng nhau - điều tiên quyết để mọi mối quan hệ trở nên bền vững và phát triển. Chỉ cần một trong hai không trân trọng nhau, không trân trọng gia đình, không trân quý những gì đang có, đã có trong mối quan hệ đó thì mối quan hệ đó sẽ tạo ra những bi kịch.

Em ạ, anh cũng đã nói với em chưa, về ham muốn của người đời. Dường như là tất cả mọi bi kịch xảy đến với những ai không biết thế nào là ĐỦ. Chúng ta đưa ra quá nhiều tiêu chuẩn cho người bạn đời của mình mà quên tự hỏi rằng họ có thể làm được điều đó không, họ có muốn làm điều đó không, cũng như làm thế nào để họ làm điều đó. Và quan trọng hơn cả, đừng đòi hỏi, đừng mong muốn, hãy hành động để chứng tỏ mình xứng đáng được nhận điều đó.

Như anh. Làm sao anh có thể vô tâm với những bươn chải của em cho hạnh phúc và tương lai của gia đình. Em bỏ vị trí giám đốc điều hành của một công ty lớn vì muốn dành thời gian cho anh và các con. Em mở nhà hàng để góp sức cùng anh trong mục tiêu một căn nhà lớn cho năm người nhà mình. Anh làm sao vô tâm được với em?

Như anh. Làm sao anh vô tâm được với em khi *Mái Ấm* này em đã dành và dồn trọn cuộc đời em cho nó. Không cân nhắc thiệt hơn, không co công kéo lỗi, không cân đong đo đếm ai làm nhiều ai góp ít. Là hoà lẫn vào anh. Một cách tự nguyện và nhiệt huyết. Bởi em nói rồi và anh nghe rất rõ: "Chẳng là gì và chẳng cần gì nếu không có anh." Anh vô tâm được không?

Anh vô tâm được không khi có người vợ như vậy?

Anh chắc chắn 100 thằng đàn ông thì 98 thằng như anh.

Còn 2 thằng vẫn sẽ vô tâm.

Một thằng vì nó có một cô nàng khác hot hơn. Và nó, cái thằng bị bùa mê thuốc lú ấy rồi cũng sẽ quay về với người đàn bà thực sự của nó. Chỉ có điều khi đó, mọi thứ đã tan hoang hết cả rồi.

Và cái thằng thứ hai kia, anh nghĩ là nó thực sự có vấn đề về não. Hẳn là một cơn tai biến đã khiến nó mất cảm xúc, lý trí, suy nghĩ và cả nhân cách rồi.

Chỉ có thể là không trân trọng nhau nữa.

Chỉ có thể là không cần gia đình này nữa.

Và chỉ có thể là một thằng điên mới vô tâm với một người vợ như thế!

Bằng không, rõ ràng người vợ đó thực sự đang có vấn đề!

Nửa đêm nói với em khi em đang ba máu sáu cơn bức xúc giùm các chị em nên một hôm nào đó, anh sẽ lại viết một bài khác về những điều bất ổn thường xảy ra với phụ nữ. Ừ, đó là một bài viết khác.

PHẦN DÀNH CHO NGƯỜI ĐỌC

Những thứ vô tâm ở anh mà em… có thể chấp nhận được:

_____

_____

_____

_____

_____

_____

_____

_____

_____

_____

_____

_____

_____

_____

_____

_____

_____

_____

_____

_____

CÓ CHỒNG HỜ HỮNG CŨNG NHƯ KHÔNG

Tối nay, nhận được bộ ảnh cô bạn chụp khoảnh khắc hai mẹ con ngồi cà phê chờ bố ký tặng sách trong Festival book của Hoa Học Trò mà cứ nghĩ miên man. Nghĩ về những người phụ nữ cuối tuần đi với con trong khi chồng họ bận bịu ở đâu đâu, hoặc đã không còn chồng, hoặc chồng đang vi vu với cô gái nào khác.

Tôi đã từng gặp nhiều người phụ nữ như thế, cuối tuần ở các khu vui chơi cho trẻ em. Mắt tươi vui nhìn con chơi mà lòng thì nặng trĩu. Họ đều đã từng có chồng hoặc đang có chồng nhưng bị chồng bỏ mặc. Đôi khi chỉ là một ông chồng ham vui, không thích đi cùng vợ con.

Có bao nhiêu người vợ như thế trong cuộc đời này? Khi hôn nhân chỉ còn là một tờ chứng nhận kết hôn. Khi hôn nhân chỉ còn là hai người ở chung nhà. Hẳn nhiều người sẽ như tôi mà nói: Thế thì bỏ quách đi cho rồi!

Bỏ. Nói thì dễ mà làm thì khó. Bao nhiêu người vợ không đủ dũng khí để dứt áo ra đi. Vì muốn con còn bố dù mình chẳng còn chồng. Vì thương cha mẹ mình sẽ bị xóm giềng dị nghị khi con cái ly dị. Vì không đủ tài chính để độc lập. Vì còn yêu nên còn nhiều hy vọng.

Chúng ta đứng từ ngoài nhìn vào luôn rõ ràng hơn người trong cuộc khi họ đang u mê. Nhưng cũng chính vì ta không ở trong cuộc nên càng không hiểu nổi lý do họ không dám buông tay với những người chồng như thế.

Tôi cũng nghĩ đến những người chồng đang bỏ quên vợ mình để mải mê chạy theo một trận đá bóng ở tít bên Anh xa xôi hay một trận nhậu chém gió cùng những gã đàn ông khác. Tôi cũng nghĩ đến những đấng ông chồng sự nghiệp lẫy lừng, trên mạng tung một status hàng nghìn lượt like mà vợ nhờ mua đồ là nhăn nhó. Tôi cũng nghĩ đến thói vô tâm cố hữu của nhiều người đàn ông...

Ôi, hôn nhân để giữ được tay trong tay nhau thật khó! Để luôn nhìn nhau say đắm lại càng khó hơn. Có khi chỉ mong được nói chuyện cùng nhau cũng là điều xa xỉ, huống chi muốn được san sẻ và cùng nhau làm nên hạnh phúc.

Đây chỉ là một câu chuyện nhỏ mong những ông chồng dừng lại để nhìn vợ mình lâu hơn một chút, lắng nghe những điều ẩn giấu trong đôi mắt vợ.

Ừ, giá như có thể như thế...

PHẦN DÀNH CHO NGƯỜI ĐỌC

Một cuối tuần thật tuyệt là khi:

_____

_____

_____

_____

_____

_____

_____

_____

_____

_____

_____

_____

_____

_____

_____

_____

_____

_____

_____

_____

_____

27

ANH CÓ DÁM HÔN VÀO VẾT SẸO MỔ ĐÓ KHÔNG?

Câu hỏi này một dạo từng ầm ĩ trên mạng và đã nhận được vô vàn những chia sẻ, bình luận. Có người cũng hỏi tôi: "Là anh, anh có dám hôn không?"

Là tôi, tôi có dám hôn không?

Không! Bởi việc hôn lên vết sẹo mổ ấy chẳng có ý nghĩa gì sất nếu như bạn không "nhìn" ra vết sẹo mổ ấy (và còn biết bao vết sẹo mổ khác trong trái tim cô ấy).

Nó giống như cách nhiều người nói về tôi: Ông này viết thế chứ chắc gì đã yêu vợ! Hay: Nịnh vợ để đi cưa gái. Hoặc: Có lỗi với vợ nên mới viết nịnh vợ… Việc hôn lên vết sẹo mổ hẳn nhiều người cũng sẽ nói thế: Chỉ để ra cái vẻ mà thôi!

Tôi nghĩ, hơn ai hết, người vợ mới là người hiểu nhất về chồng mình, về tình yêu mà chồng dành cho mình. Có người hôn lên vết sẹo mổ ấy mỗi ngày nhưng chắc gì đã khiến vợ cảm động. Hay như những bài viết của tôi, nếu không phải vợ tôi, chắc gì đã thích đọc, thích nghe và thấy thích. Tôi nghĩ, mỗi người phụ nữ đều có một "khẩu vị chồng" cho riêng mình. Và việc của mỗi ông chồng là hãy trở nên "hợp khẩu vị" của vợ mình chứ không phải vợ hàng xóm.

Thế nên tôi mới nói: Hãy học cách "nhìn" vết sẹo mổ!

Là "nhìn" thấy những gì vợ mình đã làm vì mình, vì gia đình nhỏ này.

Nếu vết sẹo mổ khiến cô ấy sợ hãi: Hãy hôn lên nó!

Nhưng là để nói: Đừng sợ, luôn có anh ở đây!

Nhưng là để nói: Đừng sợ, anh vẫn luôn yêu em!

Có một điều, bao nhiêu đàn ông hiểu: Người phụ nữ, vợ anh, không chỉ có một vết sẹo mổ như thế này. Anh có nhìn ra không?

Như "vết sẹo mổ" của những cuối tuần bơ vơ vì chồng bận những thứ chẳng thể hiểu nổi.

Như "vết sẹo mổ" của những côi cút ngay giữa gia đình chồng.

Như "vết sẹo mổ" của cô đơn dằng dặc có chồng cũng như không, không sẻ chia, đối thoại được.

Như "vết sẹo mổ" của lòng tin bị đổ vỡ, sứt sẹo về chồng mình.

Hãy "nhìn" ra nó!

Đáng tiếc thay, nhiều đấng ông chồng không biết "nhìn". Cứ nói yêu vợ hằng ngày nhưng đâu có "nhìn" ra những gì vợ mình mong đợi. Cứ nghĩ viết ra một bài như ông Tú viết là vợ thích mê mà biết đâu rằng bài viết xét cho cùng chỉ là thứ ngôn ngữ hào nhoáng. Có ông chồng nói: "Tôi đi làm quần quật mang tiền về nuôi vợ, cô ấy không hiểu sao mà còn đòi hỏi tôi?" Hẳn đó là những ông chồng bị "mù vợ"! Ông chồng ấy không "nhìn" thấy rằng vợ ông ấy đã làm gì mà chỉ nhìn thấy ông ấy đã làm gì.

Tôi không dám tự nhận mình là người yêu vợ nhất bởi tôi biết ngay trong chính những bạn bè tôi, nhiều người chồng yêu vợ gấp tỉ lần tôi. Và tôi cũng không ham cái danh yêu vợ nhất ấy. Nhưng tôi có thể tin được rằng vợ tôi happy với những gì tôi đã, đang và sẽ còn làm cho vợ mình. Tôi biết vợ mình đủ hạnh phúc khi làm vợ tôi. Vậy là đủ!

Biết vợ mình cần gì ở mình. Tôi nghĩ đó không phải là một đòi hỏi. Mặc dù nói thật, với tư cách đàn ông, nhìn ra vợ mình cần gì ở mình là rất khó. Và đó là lý do tôi xuất bản cuốn EM MUỐN CÓ MỘT CUỘC TÌNH GIÀ VỚI ANH để các bà vợ VIẾT RA những điều họ muốn ở chồng họ. Tôi nghĩ đó cũng là cách ngắn nhất - nhanh nhất - trực diện nhất để đàn ông "mù vợ" nhưng không mù chữ có thể làm được, "thấy" được những ước muốn của vợ.

Tôi nghĩ, một người chồng trước hết hãy là một người chồng của riêng vợ mình. Tức là ngoài anh ra, không ai có thể làm chồng cô ấy tốt hơn anh được. Bằng không, nếu anh không thể trở thành người chồng ấy thì hãy để cô ấy đi lấy chồng khác. Nhưng nhất định, nếu anh yêu cô ấy, hãy khiến cô ấy hạnh phúc, thế thôi.

Luôn không là quá muộn để các đấng ông chồng nhìn lại vợ mình, "nhìn" thấy những "vết sẹo mổ" trong trái tim vợ mình. Nếu các anh còn yêu vợ mình.

PHẦN DÀNH CHO NGƯỜI ĐỌC

Khi em buồn, em muốn anh sẽ làm những điều này:

CHIỀU CHỒNG, SAO PHẢI NGHĨ NGƠI?

Có người "mách" với vợ tôi rằng: "Đừng chiều chồng mà nó dễ sinh hư. Đàn ông là thứ hay rừng mỡ."

Ban đầu nghe tôi ức lắm! Nhưng cũng nghĩ: Chắc nhiều ông được chiều nên sinh hư. Ở nhà cái gì vợ cũng làm tất nên thành lười. Có khi chiều chồng 50 năm đến một hôm ngã bệnh thì bị chồng mắng là sao chỉ chiều tôi 50 năm. Còn 50 năm nữa thì chiều nốt đi sao lại ngã bệnh lúc này? Có khi thế thật!

Lại nhớ mẹ tôi. Mẹ tôi thuộc típ chiều chồng. Cơm bưng nước rót thì chưa phải nhưng làm gì cũng nghĩ đến chồng. Bố tôi lười gần bằng tôi. Đến nỗi nhiều khi phải bảo là do gen lười di truyền và đời tôi trội hẳn. Cơ mà hai cụ đến giờ hơn 60 vẫn anh anh em em ngọt xớt. Vẫn yêu nhau chết thôi!

Tôi nghĩ phụ nữ chiều chồng thật cũng giống như đàn ông sợ vợ. Có người may mắn chiều chồng và thu phục được chồng. Nhưng có những người chiều chồng và làm hỏng chồng. Sợ vợ cũng vậy. Sợ vợ đôi khi cũng làm hỏng vợ vì gặp thứ tác ta, ác ôn nó trùm váy lên cả nhà chồng. Nỗi lo ấy hẳn cũng đúng với nhiều người.

Tôi nghĩ, hoá ra chẳng phải chiều chồng thì chồng mới sinh hư hay cứ sợ vợ thì vợ nó mới abc - xyz! Mà là ở người chồng ấy, người vợ ấy. Có người thấy được tình cảm vợ dành cho mình qua từng miếng cơm chuẩn bị, manh áo sắp sẵn. Có người thấy được tình cảm của chồng mình qua việc sợ vợ buồn, sợ vợ tủi thân, sợ vợ cô đơn... Chứ không phải có nên chiều chồng hay có nên sợ vợ.

Tôi nghĩ về nhận thức của các ông chồng đến đâu và cái cách người vợ giúp chồng quan tâm đến gia đình. Đừng nói câu "tại sao người vợ phải làm điều đó trong khi chồng thì không?". Là bởi ai cần một gia đình hạnh phúc, một mái ấm thì làm chứ không phải áp đặt lên chỉ vợ hoặc chồng. Là giống như bài viết này ai đọc và đồng tình thì làm chứ không phải viết riêng cho phụ nữ hay nam giới.

Tôi nghĩ, một khi ai đó trong hai người nỗ lực trở thành một người chồng tử tế, một người vợ chu toàn thì đối phương sẽ thay đổi. Tất nhiên cũng có ngoại lệ nhưng phần lớn là vậy nếu đối phương không thuộc loại chán chồng hay chán vợ quá rồi! Đừng cân đo đong đếm việc mình đã làm gì cho gia đình để đòi hỏi người kia cũng phải tương tự.

Tôi nghĩ chỉ có trái tim và lòng nhiệt thành mới thúc đẩy người khác thay đổi được. Chia sẻ với nhau nhiều hơn những tâm sự, nói chuyện với nhau nhiều hơn, tôn trọng nhau, đòi hỏi sự quan tâm bằng nhiều cách thay vì chỉ khư khư giữ ở trong lòng. Cuốn sách *Em muốn có một cuộc tình già với anh* của tôi bày rất nhiều cách đòi hỏi cũng như bày tỏ lòng mình như vậy. Đừng cho đó là quảng cáo. Cứ thử xem qua và vứt đi nếu như nó chẳng được cái tích sự gì. Chửi tôi cũng được nhưng phải đọc đi cái đã!

Thế nên xét cho cùng bạn sẽ chiều chồng nếu bạn yêu anh ta. Còn nếu chiều anh ta chỉ vì muốn anh ta sẽ phải chiều lại bạn thì đừng! Bởi điều cuối cùng của tất thảy những ham muốn vẫn là tình yêu. Còn yêu thì hãy chiều anh ta bằng tình yêu ấy. Để anh ấy biết bạn yêu anh ấy bao nhiêu và anh ấy phải trân quý, gìn giữ tình yêu ấy của bạn như thế nào.

Như tôi, mỗi khi có ý định hư là lại sợ. Sợ vợ mình sẽ hết yêu mình chứ không hẳn sợ vợ sẽ không còn chiều chuộng mình nữa. Và tin không, nếu bằng tình yêu, bạn sẽ khiến những chiều chuộng ấy trở nên ngọt ngào và mãi mãi khắc sâu trong tim chồng. Thật đấy!

Nhân vừa trả lời nhanh cho một tờ báo về quan điểm vợ có nên chiều chồng hay không.

PHẦN DÀNH CHO NGƯỜI ĐỌC

Em sẽ chiều anh:

CHỒNG NHÀ NGƯỜI TA...

(Hay 10 Điều Kính Dâng Lên Vợ từ các ông chồng)

Một người chồng sống trong sự nhạo báng của vợ sẽ trở nên nhút nhát.

Một người chồng hay bị vợ chỉ trích sẽ học cách quy kết chồng người khác.

Một người chồng thường xuyên bị nghi ngờ sẽ trở nên dối trá.

Một người chồng sống trong sự đối địch sẽ trở nên hằn học với mọi người.

Một người chồng thường xuyên được vợ khích lệ sẽ trở nên tự tin.

Một người chồng hay được vợ ngợi khen sẽ biết trân trọng người khác.

Một người chồng sống trong sự đùm bọc của vợ sẽ biết quan tâm tới mọi người.

Một người chồng sống với vợ tri thức sẽ học được sự khôn ngoan.

Một người chồng được hưởng sự nhẫn nại của vợ sẽ trở nên khoan dung.

Một người chồng sống trong hạnh phúc thì học được rằng thế giới là nơi tốt đẹp để sống.

Ký tên: Một vài người chồng ngoan ngoãn bậc nhất!

PHẦN DÀNH CHO NGƯỜI ĐỌC

Hãy viết đôi lời vào đây cho chồng yên tâm.

VỢ LÀ CƠM NGUỘI Ở NHÀ, NHƯNG LÀ HẢI SẢN CỦA CHA LÁNG GIỀNG.

Khi cuốn sách "Em muốn có một cuộc tình già với anh" của tôi gây sốt sình sịch trong giới chị em mua về tặng chồng thì có vài chị em nhắn tin cho tôi than thở: Em đã mua cuốn sách của anh về, đã hì hụi viết vào đó biết bao tâm huyết, biết bao yêu thương, kỷ niệm. Cứ nghĩ tặng anh ấy thì anh ấy phải cảm động lắm, vậy mà…"

Vậy mà sao? Có ông vờ thích cơ mà để đấy chẳng đọc vì nó quá… nhiều chữ.

Vậy mà sao? Có ông thẳng tay quẳng vào xó nhà, bảo: "Đọc làm cái gì? Toàn thứ vớ vẩn!"

41

Vậy mà sao? Có ông doạ vợ là "đi mà lấy cái thằng cha Hoàng Anh Tú đó đi".

Tôi chẳng buồn. Không phải vì hai nghìn cuốn sách đã bán hết, giờ trên các hiệu sách chỉ còn dăm chục cuốn, may mắn mới tìm thấy. Mà tôi không buồn vì thật ra những ông chồng kiểu vậy vốn chẳng để tâm đến vợ mình. Tôi nói thật, không phải doạ, cứ kiểu đó sớm muộn gì các ông cũng mất vợ! Nếu các ông đã từng nghe câu: Vợ là cơm nguội ở nhà, nhưng là hải sản của cha láng giềng.

Tôi ngày xưa cũng ngu lâu khó đào tạo như mấy ông chồng kiểu vậy. Cứ nghĩ rằng: Gớm, vợ mình đẻ mấy lứa rồi, mình yêu nó mà mình còn thấy như cơm nguội huống chi lũ đàn ông ngoài kia. Như mình thì cứ phải gái ngon, ba vòng căng mẩy mới thích chứ ai thích nổi mẹ mướp?

Lại có ông mồm to nói: "Nó thử đi với trai xem, ông đá bắn ra khỏi cửa luôn!"

Hay có ông tinh tướng nói: "Đàn ông thằng nào chẳng giống thằng nào. Cứ thử đi lấy thằng khác xem có bằng được thằng này không!"

Tôi nói thật, các ông ngu bỏ bu!

Các ông cứ đến nhà tôi ăn hải sản đi sẽ biết nó ngon và hấp dẫn thế nào nhá! Các ông cứ đến mới thấy đông khách thế nào nhé! Ăn hải sản đi rồi sẽ thấy vợ ông ngon như hải sản nhà tôi trong mắt lũ đàn ông xung quanh.

Phụ nữ hư hỏng tôi không nói. Mà thật ra phụ nữ hư hỏng thường vì thất vọng với vài đàn ông nên mất niềm tin vào tình yêu bền vững mà thôi. Thật ra không có phụ nữ nào hư hỏng vì bản chất họ hư hỏng cả.

Nhưng phụ nữ mong manh và dễ xao động thì nhiều. Đặc biệt là những người phụ nữ yêu chồng, yêu con như một lẽ sống của họ. Khi họ yêu các ông, họ đều đã trọn vẹn dâng hiến, dốc lòng vì các ông, luôn hướng về các ông. Nhưng nếu các ông coi nhẹ tình cảm ấy, vô tâm và bỏ mặc thì các ông sẽ phải trả giá đắt!

Tôi chắc chắn với các ông rằng xung quanh vợ các ông luôn có ít nhất một đến hai thằng đàn ông muốn ăn tươi nuốt sống vợ các ông. Đừng nghi ngờ điều đó! Cứ thử đi qua vài nhà nghỉ vào buổi trưa xem, luôn có rất nhiều phụ nữ xấu hơn vợ các ông, già hơn vợ các ông bị đàn ông đưa vào. Đừng lên án những người phụ nữ ấy. Chỉ là vì chồng họ đã bỏ bê họ thôi. Họ cũng phải đấu tranh cho hạnh phúc của họ. Tất nhiên, cách đấu tranh ấy chỉ khiến họ kéo dài thêm nỗi đau mà thôi. Nhưng sao các ông không giữ lại vợ mình?

Các ông cho rằng tôi doạ dẫm vậy là để các ông chịu khó đọc sách của tôi? Xin lỗi, nếu cuốn sách ấy không được các bà, các chị, các mẹ viết thêm vào thì cuốn sách ấy cũng bị bỏ đi thôi. Nên tôi không có ý định bảo các ông phải đọc sách của tôi. Chỉ là nếu vợ các ông đưa cho các ông cuốn sách ấy thì hãy đọc những gì vợ các ông đã viết vào trong đó. Nó thực sự quan trọng đấy! Nó giúp ông hiểu vợ ông đang mong đợi gì từ cuộc hôn nhân này. Mà hôn nhân, nền tảng của nó là ĐỐI THOẠI và LẮNG NGHE mà.

Coi vợ là cơm nguội thì các ông sẽ phải trả giá đắt đấy!

Hãy yêu vợ như thể các ông là thằng cha hàng xóm đi!

PHẦN DÀNH CHO NGƯỜI ĐỌC

Những "tính xấu" của em mà em muốn anh giúp em sửa đổi:

_____

_____

_____

_____

_____

_____

_____

_____

_____

_____

_____

_____

_____

_____

_____

_____

_____

_____

_____

CƯỚI RỒI TÍNH
CHỨ ĐỪNG TÍNH RỒI CƯỚI

Có người bạn sau khi mua cuốn sách "Em muốn có một cuộc tình già với anh" đã nhắn tin với tôi như thế này: "Em chưa có ai để muốn có một cuộc tình già nhưng em vẫn mua sách của anh để chuẩn bị sẵn sàng! Cơ mà anh ơi, đàn ông như anh bây giờ sao mà hiếm hoi thế? Em đã yêu đến mấy người rồi nhưng vẫn chưa tìm thấy ai đủ để chung kết."

Tôi biết trả lời em sao đây? Rằng nếu vợ tôi cũng như em chắc cả đời tôi sẽ không thể làm chồng cô ấy được. Nếu em biết rằng tôi - cũng như nhiều đàn ông khác ở cái xứ này - đều là một sản phẩm lỗi của nền giáo dục kiểu xưa: gia trưởng và tinh tướng! Đã thế lại còn lười biếng và tham lam! Nhiều đứa trẻ lớn lên được mẹ lo lắng cho từng cái ho, từng cái nhăn mặt. Đến nỗi lấy vợ về đối xử như thể ông chủ với nô lệ. Vô tâm và đôi người còn độc ác!

Nhưng…

Nhưng những sản phẩm lỗi ấy một khi yêu em đủ, họ sẽ thật khác!

Nhưng những sản phẩm lỗi ấy một khi nhận thức đủ, họ sẽ trưởng thành!

Chỉ là em, cũng như nhiều phụ nữ khác có cho họ cơ hội hay không???

Vợ chồng tôi vẫn nói với nhau rằng chúng tôi đến với nhau hoàn toàn bằng tình yêu, không mảy may toan tính. Chỉ là khi cưới nhau về rồi mới tính toan. Là cưới xong rồi (mới) tính chứ không phải tính xong rồi (mới) cưới!

Thế cho nên tôi mới lấy được nàng, mới được nàng gật đầu đồng ý. Bởi ngày đó nàng yêu tôi tha thiết, dốc trọn vẹn tim nàng để yêu tôi! Khao khát có được tôi làm chồng bởi tim nàng muốn chứ không phải đầu nàng muốn.

Như một sản phẩm muốn đạt chuẩn ISO thì ít nhất nó cần phải có một hệ quy chiếu. Mà hệ quy chiếu đó phải lấy nhau về rồi mới thiết lập được. Chẳng có đứa trẻ nào vừa mới sinh ra đã lớn phổng ngoại trừ... Thánh Gióng. Thế nên sao có thể tính rồi mới cưới???

Vậy mà nhiều người lại như vậy: Tính toán đủ điều với hàng chục hệ quy chiếu. Đến độ họ cũng không biết họ muốn gì. Cứ nói rằng chỉ cần một người đàn ông biết quan tâm đến gia đình thôi nhưng lại cần họ phải lãng mạn, cần họ phải nhạy cảm hiểu cả điều mình không nói ra, cần họ phải yêu mình tha thiết mà biết yêu tha thiết thế nào mới đủ? Hôm nay tặng hoa hồng thì mai phải tặng hoa violet, ngày kia phải tặng lay ơn... Trời ơi, đàn ông tụi tôi ngu si lắm!

Cưới đi! Cứ cưới đi rồi hãy cùng nhau tính! Khi đó, em thích anh ấy ngọt ngào thì hãy cùng anh ấy làm nên sự ngọt ngào. Em thích anh ta quan tâm đến gia đình thì hãy đừng cướp việc quan tâm gia đình của anh ấy bằng việc làm thay anh ta, nuông chiều anh ta!

Ai đó bảo: Thế cưới xong mới tính nhưng cưới xong thì... tịnh thì làm sao? Tôi bảo: thì tịnh lại thôi chứ làm sao??? Bởi nếu tình yêu của bạn không đủ để anh ta muốn dốc lòng với cuộc hôn nhân và tương lai hai đứa thì bạn giữ làm gì? Đôi khi chúng ta vẫn phải qua đường dù trập trùng xe cộ và tai nạn!

Trở lại với việc khi quyết định cưới một ai đó, nói không tính thì không hẳn là đúng. Nhưng tính kiểu sẽ thay đổi anh ta blah blah thì sai! Nếu phải tính, xin hãy tính việc nếu những tật xấu của anh ta không thay đổi được thì bạn có sống chung được không. Tôi nghĩ thế! Bởi hôn nhân là gì nếu không phải là quá trình hai người tự gọt giũa để vừa khít nhau?

Xét cho cùng, cuộc hôn nhân hạnh phúc hoá ra không phải là bạn khiến bao nhiêu người ngưỡng mộ mà là hai bạn có ngưỡng mộ nhau không, vậy thôi!

PHẦN DÀNH CHO NGƯỜI ĐỌC

Em đã từng mơ đến một ông chồng thế này trước khi có được anh:

_____

_____

_____

_____

_____

_____

_____

_____

_____

_____

_____

_____

_____

_____

_____

_____

_____

_____

_____

CHECK-IN NIỀM VUI!

Có nhiều người hỏi tôi: Sao lúc nào anh cũng tươi vui thế? Không lẽ anh không có lúc nào buồn à? Khi anh buồn, anh sẽ làm gì để vượt qua nó?

Phải rồi, tôi luôn check-in niềm vui trên Facebook! Vợ tôi cũng vậy! Bởi niềm vui mới là thứ cần ghi lại, cần nhớ, cần lưu giữ! Là vợ chồng tôi nghĩ thế và luôn làm thế!

Bạn cứ thử nghĩ xem, nếu chúng ta check-in nỗi buồn thì bao giờ chúng ta có thể quên được nó?

Cuộc sống này cũng vậy. Niềm vui là để nhớ và nỗi buồn là để quên!

Vẫn biết rằng nỗi buồn là một phần không thể tách rời trong cuộc đời, nó xảy ra mà chúng ta không có cách nào tránh được. Nhưng chúng ta vẫn có thể lựa chọn việc giữ lại nó hay không kia mà. Nếu ta không muốn giữ lại nó thì theo thời gian, nó sẽ nhạt đi và biến mất!

Nói về việc làm sao để cuộc đời này luôn vui đi!

Tôi á? Tôi làm sao để cuộc đời mình có nhiều niềm vui nhất?

Là tôi nghĩ về những điều tích cực. Nghĩ tích cực trước mọi vấn đề đang xảy ra với mình. Triết lý cốc nước còn nửa hay đã hết một nửa là vậy! Người nghĩ tiêu cực đeo kính đen nên sẽ không bao giờ nhìn thấy điều tốt đẹp.

Đến cả việc kinh doanh nhà hàng vốn cần sự toan tính thì vợ chồng tôi cũng toan tính bằng trái tim hơn là bằng những con số.

Là nghĩ về khách hàng chứ không nghĩ đến việc họ sẽ móc túi trả bao nhiêu cho mình! Là đem đến sự hài lòng không thôi chưa đủ, còn phải mang đến niềm vui, cảm xúc cho họ.

Tôi cũng thích, rất thích được kể những câu chuyện. Có khi chỉ là những câu chuyện nhí nhố vừa đủ để ba đứa nhóc nhà tôi bật cười. Có khi là trên Facebook, những câu chuyện mọi người đang đọc. Tôi thích được thấy niềm vui của mọi người. Chính những niềm vui đó mới là động lực khiến tôi viết tiếp. Chứ không phải số like. Với tôi, 1000 like hay 2000 like chẳng phải là vấn đề cần quan tâm. Mà là những gì mọi người có được từ những câu chuyện tôi kể. Những gì khiến mọi người lên Facebook là lại vào trang của tôi. Đó mới thực sự là giá trị!

Check-in niềm vui!

Hãy trở thành một niềm vui cho mọi người, của mọi người!

Đó mới thực sự là check-in niềm vui!

PHẦN DÀNH CHO NGƯỜI ĐỌC

Những niềm vui lấp lánh khi em nghĩ về anh:

ĐỜI NÀY LÀ ĐỂ YÊU
CHỨ THÔI ĐỪNG ĐỂ HIỂU!

Bạn sẽ lựa chọn ai để trò chuyện mỗi ngày:
Người Yêu Đời và người Hiểu Đời?

Tôi chọn người YÊU ĐỜI để trò chuyện cùng với họ. Không phải bởi tôi đã quá hiểu đời. Mà là bởi tôi thích trò chuyện với người yêu đời hơn là trò chuyện với người hiểu đời.

Người hiểu đời hẳn nhiên sẽ cho ta sự khôn ngoan, cho ta kinh nghiệm, cho ta sự thật đằng sau những tấm màn nhung phù phiếm. Người hiểu đời dạy ta khôn. Người hiểu đời cho ta những lời khuyên để ta hơn người, để ta đừng vấp ngã, để ta tránh được những rủi ro, những lừa mị, những dối trá, những hư ảnh… Trên đời, rất rất nhiều người hiểu đời như vậy!

Nhưng. Nhưng để làm chi?

Cuộc đời này nếu mà hiểu thấu triệt tận cùng (cứ cho là có thể có người hiểu đời đến thế đi) thì còn đâu những bất ngờ? Còn đâu những thứ gọi là may mắn? Bởi người hiểu đời nắm rõ hết mọi đường đi nước bước của cuộc đời này rồi mà!

Tôi thích được trò chuyện với người yêu đời hơn!

Họ có thể ngây thơ khi nghĩ lòng tốt của họ sẽ khiến cuộc đời trở nên tốt đẹp hơn.

Họ có thể ngờ nghệch khi tin rằng họ không dối trá, lừa gạt ai thì sẽ không ai dối trá, lừa gạt họ.

Họ có thể cả tin về những điều tốt đẹp đang diễn ra trong cuộc sống mà không cần suy nghĩ sâu xa kiểu "sau miếng mồi ngon là con cá chết".

Họ có thể nói với tôi cả ngày về những điều thú vị, những may mắn, những tình cờ ngẫu nhiên của cuộc đời.

Tôi thích được trò chuyện với họ hơn vì thế!

Trên Facebook mỗi ngày, giữa hàng trăm người hiểu đời với những status thông minh, sắc bén, phân tích mọi điều tuyệt vời, tôi vẫn không thích đọc bằng những status yêu đời. Như những status check-in niềm vui: Một thành quả của con, một món quà từ chồng, một câu yêu từ vợ, một bữa ngon tại nhà hàng nào đó, một "tác phẩm" nấu nướng của ai đó... hay chỉ đơn giản, một bức ảnh tự sướng "xấu hoắc" nhưng kèm theo một status dễ thương đến bật cười.

Trên Facebook này mỗi ngày, giữa hàng nghìn tin tức từ những người hiểu chuyện, bàn về thế sự, nói về những âm mưu hay tố một sự thật ẩn giấu nào đó thì điều tôi thấy được chỉ là những gươm đao tuốt sẵn, những vốc đá ném đi, những lời cay nghiệt vây bủa... Tựa như một bầy thú đói và khát máu. Những thứ đó khiến năng lượng trong tôi cạn kiệt, khiến trái tim tôi đau thắt và cơn hoài nghi như thứ vòi bạch tuộc len lỏi khắp cơ thể tôi.

Tôi chọn những người yêu đời. Để đọc cả những comment chí choé bên dưới cũng thật tình, thật ấm, thật đời. Để thấy mỗi chặng ngày của họ là những hân hoan, những lấp lánh tin yêu.

Người yêu đời cho ta những năng lượng để đi qua mỗi ngày không đau đớn. Dù có thể đâu đó đằng sau đôi mắt lấp lánh vui sống kia là rất nhiều khổ đau họ đang phải kìm giữ trong lòng thì tôi biết họ cũng mạnh mẽ gấp triệu lần những người đang than khóc.

Hôm nay cuối tuần rồi, lại sắp có cả một làn sóng ăn chơi nhảy múa đầy phấn khích trên newsfeed của tôi (là bởi tôi toàn like những người yêu đời). Chỉ nghĩ đến vậy thôi tôi đã thấy cuối tuần trở nên rực rỡ nhường nào! Thế nên nếu các bạn ăn chơi nhảy múa thì đừng quên tag tôi vào. Bởi cuộc đời này là để yêu thôi, đừng nên để hiểu, nhỉ?

PHẦN DÀNH CHO NGƯỜI ĐỌC

Khi chúng mình già đi rồi, em vẫn thích được làm những điều này với anh:

_____
_____
_____
_____
_____
_____
_____
_____
_____
_____
_____
_____
_____
_____
_____
_____
_____

NẾU KHÔNG NẮM TAY NHAU
THÌ LÀM SAO ĐI ĐƯỢC XA?

Cuộc đời dài rộng hơn ta tưởng. Năm tháng ngút ngàn hơn ta tưởng. Nếu chỉ biết những điều mắt thấy thôi thì làm sao hiểu được điều này?

Có những người chồng, người vợ chỉ hành động bằng tai nghe, mắt thấy. Là bị vợ kêu mới làm, thấy chồng nói mới tin. Mà không cảm nhận được nhau. Mà không nghe thấy điều vợ không nói. Mà chẳng nhìn ra được những điều chồng thầm lặng làm. Tôi vẫn nói vợ chồng cần ĐỂ TÂM chứ đừng nên ĐỂ Ý là vậy!

Cuộc đời không phải là những năm tháng chúng ta đã sống cùng nhau. Mà cuộc đời là cả những năm tháng phía trước. Rộng hơn biển vì biển đi rồi cũng tới. Dài hơn đường chân trời bởi đi mãi sẽ có lúc hết đường. Cuộc đời rộng và dài hơn thế. Những gì đã đi qua chỉ là một phần rất nhỏ. Những gì sẽ cùng nhau đi tiếp mới thật sự là dài rộng. Nên nếu không nắm tay nhau thì làm sao mà đi xa cho được?

Tôi và vợ mình hay nói với nhau về những điều chúng tôi đã làm được cho nhau. Nhiều hơn những điều chúng tôi từng thất vọng về nhau. Thứ khiến tôi giận vợ mình đều có thể đến lúc mà hết giận. Thứ khiến vợ tôi thất vọng về tôi đều có thể sẽ đến khi nàng phải thoả hiệp cho qua. Nên cả hai không giữ lại. Giận đấy rồi quên đấy. Vì con đường xa phía trước còn muốn nắm tay nhau mà đi. Thất vọng đấy rồi thoả hiệp đấy. Vì chúng tôi còn đầy tràn hy vọng về nhau. Nghĩ tới những thứ tốt đẹp sẽ khiến ta rơi nước mắt. Nghĩ đến những thứ chưa tốt đẹp cũng khiến ta rơi nước mắt. Vậy sao không chọn việc nghĩ đến những điều tốt đẹp thôi?

Nhiều người inbox tôi nói rằng vợ tôi may mắn khi lấy được tôi. Mà quên rằng họ cũng có những may mắn như thế với chồng mình. Chỉ là họ đã từ chối sự may mắn ấy. Bằng tai, bằng mắt mà không bằng tim. Là thấy điều người khác không làm, làm sai, mà không thấy điều họ làm đúng, đã làm. Là chỉ nghe những phân tích, so sánh mà không nghe thấy những ước vọng, khát khao. Có ai muốn một cuộc hôn nhân nhàm chán? Có ai muốn bỏ vợ bỏ chồng? Không! Chẳng ai muốn cả. Cho đến khi cuộc hôn nhân ấy úa tàn héo hon. Là bởi họ giữ mãi những thất vọng về nhau. Là bởi họ không cho cuộc hôn nhân ấy một đời sống, một tương lai. Họ chỉ muốn cuộc hôn nhân phải theo ý họ.

Tôi chẳng có lời khuyên nào cho một cuộc hôn nhân hạnh phúc. Bởi tôi cũng chưa từng tạo ra những nguyên tắc hay công thức nào cho cuộc hôn nhân của mình. Tôi và vợ mình chỉ yêu nhau và luôn giữ một niềm tin về việc sẽ đi cùng nhau đến tận cuối đời! Đến tận cuối đời. Cùng nhau!

Tôi nghĩ: vậy là đủ. Là ĐỦ!

PHẦN DÀNH CHO NGƯỜI ĐỌC

Nếu em là một chuyên gia về hôn nhân gia đình, em sẽ khuyên vợ chồng mình thế này:

_____

_____

_____

_____

_____

_____

_____

_____

_____

_____

_____

_____

_____

_____

_____

_____

_____

GIẢ ĐỊNH ĐAU LÒNG

(Dành tặng những ai đang có một gia đình hạnh phúc)

Có ai từng như tôi, ngay cả khi hạnh phúc nhất vẫn thắc thỏm sợ hãi sự chia ly? Tôi là người như thế! Có lẽ bởi đời tôi đã phải học quá nhiều chữ ngờ nên lòng tôi lúc nào cũng thắc thỏm lo âu cho hạnh phúc của mình. Bởi bạn sẽ không bao giờ biết ngày mai của ta sẽ thế nào. Bởi lòng người luôn là thứ vô cùng khó đoán. Có những mối quan hệ kéo dài hàng chục năm để rồi một hôm vỡ vụn ra như lâu đài cát vậy. Có những người ta hằng một mực tin tưởng bỗng một hôm ta thắt tim khi nghe họ nói dối. Là bởi ta cả tin yêu nên mới buốt ruột đến thế!

Có vài người tôi biết, sau đôi ba lần vỡ vụn đã sống bằng những mảnh vỡ. Họ trở nên cay nghiệt với cuộc đời này. Họ không còn tin ai nữa. Kể cả với chính bản thân họ. Họ dùng chính những mảnh vỡ ấy để cứa vào bất cứ ai nói về Hạnh Phúc. Là bởi tổn thương trong họ đã không còn cơ hội lành lặn lại nữa rồi!

Có vài người tôi biết, không sao tìm nổi hạnh phúc kế tiếp của đời họ nữa. Là bởi họ đã mất lòng tin vào hôn nhân. Dù họ nói họ vẫn tin nhưng lòng họ lại khép. Bất cứ ai tới với họ đều bị soi xét đến cùng cực. Và rồi lần lượt ra đi.

May sao tôi không như thế!

Tôi vẫn còn đủ lòng tin để dùng cho phần đời còn lại của mình. Đến chừng nào tôi còn thở, còn sống!

Tôi vẫn giả định. Một giả định đau lòng về sự chia ly. Như cái chết. Rồi khóc tu tu một mình khi nghĩ vợ mình sẽ côi cút đến nhường nào. Dù nàng vẫn nói: anh chết em sẽ kiếm chồng mới! Nhưng ai có thể yêu nàng, hiểu nàng và "chịu đựng" nàng như tôi? Tôi tin rằng sẽ không còn người đàn ông nào yêu nàng bằng tôi yêu nàng. Dù họ có là ai. Bởi tôi đã yêu nàng đến tận cùng trái tim này. Yêu nàng bằng sự hiểu nàng, thương nàng và gìn giữ nàng!

Tôi vẫn giả định một cách đau lòng về việc nàng có người đàn ông khác. Nàng sẽ lại yêu như đã từng yêu tôi (hay những người đàn ông trước tôi). Vẫn là nàng của dốc lòng yêu như thế! Không ai có thể khiến nàng yêu bằng nửa trái tim được. Đau lòng mà phải nói vậy. Và khi đó, tôi sẽ thế nào? Hẳn là vì các con mà tôi sẽ không chết. Nhưng lấy ai để tôi yêu lại lần nữa như tôi đã yêu nàng? Thật là sến và hư cấu nếu tôi nói rằng tôi đã dốc kiệt trái tim này cho nàng! Nhưng ít ra lúc này đây, khi đang giả định thế này thì tôi chắc chắn điều đó. Rằng nếu tôi và nàng không còn yêu nhau nữa thì các cô gái khác sẽ có một gã đàn ông vô trách nhiệm, lười biếng, khốn nạn và không còn đáng tin. Bởi tôi sẽ sống bằng những mảnh vỡ cay nghiệt như nhiều người khác. Không cay nghiệt sao được khi tôi đã có một gia đình hạnh phúc như thế, một người vợ tuyệt vời như thế, vậy mà lại mất???

Chúng ta hay đổ lỗi cho "lòng người khó đoán" mà quên rằng lòng ta cũng khó biết như lòng người. Chỉ là bởi phản ứng tự vệ mà ta đổ lỗi cho người khác dễ hơn tự nhận lỗi về mình. Thế nên có hạt mưa nào nghĩ rằng chúng góp phần tạo ra trận lũ?

Tôi giả định những điều đau lòng ấy không phải chỉ để xem cảm giác đau lòng của mình đến đâu. Mà là để trân quý những gì tôi đang có. Để

66

biết rằng mình đang có gì. Bởi con người ta thật lạ, yêu tháng Ba, tháng Tư là bởi mùa hè vừa về sau những ngày rét buốt. Yêu tháng Chín, tháng Mười vì những ngày nắng nực đã qua đi. Chúng ta luôn cần mất đi rồi mới biết giá trị của thứ đã mất. Chúng ta luôn cần đau thương mới nhận ra yêu thương.

Tôi giả định để thấy đau mà biết giữ. Để thấy sợ mà biết nâng niu. Để biết mất mát mà phải níu nắm. Chúng ta ai có thể sống đến 100 tuổi để sửa những cái sai trong suốt 99 năm trước đó? Chúng ta ai có thể chắc ngày này năm sau sẽ ở nhà để đón Ngày Gia Đình với nhau, còn năm nay tạm thời lo chuyện thiên hạ đã? Chúng ta kiếm ra thật nhiều tiền để có một cuộc sống hạnh phúc nhưng lại dễ dàng bỏ qua một khoảnh khắc tận hưởng thiên nhiên bên nhau. Chúng ta như một lũ điên cắm mặt vào điện thoại, iPad, biết đủ chuyện thiên hạ trong khi chẳng biết vợ mình, chồng mình đang chất chứa những tâm sự gì. Bởi chúng ta vẫn nghĩ ngày rất dài, năm tháng còn dư dả thênh thang để thay đổi, để bù đắp, để sửa chữa, để dành dụm...

Đêm nay, giữa Sài Gòn, chờ trời sáng để đáp chuyến bay sớm trở về nhà kịp đón Ngày Gia Đình, tôi lại giả định một cách đau lòng về việc Quán Ngủ Ngon của tôi không còn nữa một mai này. Tôi sẽ côi cút bao nhiêu. Như lúc này đây, một mình đi bộ trên những con phố Sài Gòn này, danh bạ thì đầy ắp những cái tên mà trái tim thì hoang vu quá đỗi. Những con đường tôi đã mòn dép đi qua mà vẫn chẳng thể nào thương nổi, nhớ nổi, quen nổi. Bởi tôi thuộc về Hà Nội. Và nếu không phải là Hà Nội thì tôi mãi mãi như kẻ tha hương. Và nàng cũng thế, Quán Ngủ Ngon của tôi cũng thế, nếu không phải là nàng, không phải là Quán Ngủ Ngon, tôi sẽ là ai???

Ngày Gia Đình, ừ, nó cũng chỉ là một ngày thôi. Người ta đặt tên nó là Ngày Gia Đình. Nhưng ý nghĩa của nó lại thuộc về mỗi chúng ta!

PHẦN DÀNH CHO NGƯỜI ĐỌC

Chúng ta đã để mất bao nhiêu ngày mà lẽ ra chúng ta sẽ rất vui?

69

LẠI MỘT GIẢ ĐỊNH ĐAU LÒNG!

Đêm qua vợ giận cả đêm chẳng thèm ôm chồng. Chỉ bởi những giả định đau lòng chúng ta nói cùng nhau. Về giả định nếu chúng ta không còn được ở bên nhau nữa!

Khi chồng gân cổ nói về "bản lĩnh đàn ông" một khi đã chia tay thì sẽ không thèm ngoảnh lại là khi trái tim thiết tha của vợ nhói đau. Giả định thôi mà cũng đã thấy đau lòng. Ai chẳng biết khi chia tay nhau rồi thì mọi thứ sẽ tan hoang, cơ mà đó chỉ là giả định. Sao chồng cứ nhất quyết phải chứng tỏ bản lĩnh cứng cỏi của mình làm chi? Chồng thấy mình thật tệ và thật bạc! Dù thực tâm là bởi để vợ thấy sợ hãi mà giữ chặt lấy chồng, đừng có dại mà buông tay. Thì điều đó cũng khiến cho trái tim đau thắt.

Vợ ơi, ai mà muốn buông tay với một mái ấm mà chúng ta đã chắt chiu, dành dụm từng giọt nước mắt thương nhau đến thế? Ai mà muốn bước ra khỏi tình yêu này khi ngoài kia đầy gió mưa bão bùng, những hấp dẫn mê hoặc chỉ là ngọn đèn màu lung linh nhưng hư ảo, hão huyền? Ai mà muốn trở về nhà không người đón đợi? Ai mà muốn nhìn lại năm tháng cũ như thứ bị đóng trong hộp kính?

Cứ nghĩ về việc không còn nhau trên con đường dài phía trước là đã muốn khuỵu gối ngồi thụp xuống giữa đường mà khóc rồi. Dù cuộc đời vẫn dạy chúng ta, vẫn cố chứng minh với tất thảy về việc cánh cửa này khép lại sẽ có cánh cửa khác mở ra. Cơ mà đó là khi trái tim ta không còn dung chứa nhau nữa. Còn một khi trái tim vẫn dành cho nhau một vị trí quan trọng thì mọi cánh cửa mở ngoài kia đều hun hút gió hết.

Nếu không còn được đi cùng nhau trên đoạn đường dài phía trước thì anh đau lòng lắm vợ biết không? Bởi làm sao anh bay nổi với một bên cánh? Bởi mọi điều chúng ta làm đều là làm CÙNG NHAU. Bởi anh sẽ chẳng phải là anh bây giờ nữa. Bởi mọi con đường phía trước đều sẽ mông mênh mà mù mịt như đứng giữa đại dương bốn bề ngút ngàn.

Chúng mình đã quen có nhau đến độ một kẻ rời giường sẽ làm kẻ kia tỉnh giấc dù cú rời giường rất nhẹ, dù chỉ hơi thở rời nhau.

Chúng mình đã quen có nhau đến độ cuối tuần vợ ở nhà hàng mà không có bóng chồng là không quen nổi dù chồng đa phần tới nhà hàng rồi lại "tếch" ra quán cà phê gần đó. Vẫn cứ thấy thiếu thốn vô cùng.

Chúng mình đã quen có nhau đến độ tiễn vợ ra cửa đi làm thì chồng sẽ là người mở cửa cho vợ dù chỉ hôn gió vì sợ bay son.

Chúng mình đã quen có nhau đến độ chỗ ngồi nào cũng thấy chông chênh nếu không có người kia ở bên.

Nên giả định nào cũng khiến ta đau lòng!

Những đau lòng ấy là để rưng rưng mà gìn giữ lại nhau sau mỗi bất trắc xảy ra trong cuộc đời.

Ai tiêu cực kệ ai.

Ai nói ta sến súa kệ họ.

Anh chỉ muốn nói rằng dù thế nào anh vẫn ở đây, bên em, cùng em chiến đấu, cùng em đi hết con đường, đến tận cùng đời nhau!

Và nó là ý nghĩa của đời anh!

Dù có thể thất nghiệp ở nhà thì công việc lớn nhất, yêu thích nhất, đam mê nhất, hạnh phúc nhất của anh vẫn là yêu em và làm mọi thứ cùng em! Chăm sóc ba con, lo lắng cho bốn nhà hàng, vun vén và nuôi lớn năm người chúng ta bằng trọn vẹn trái tim mình!

Yêu em và hôn em!

PHẦN DÀNH CHO NGƯỜI ĐỌC

Nếu không có anh, em sẽ:

_____

_____

_____

_____

_____

_____

_____

_____

_____

_____

_____

_____

_____

_____

_____

_____

_____

_____

_____

_____

_____

BUÔNG MÁY XUỐNG - YÊU NHAU ĐI!

Nếu không vì công việc của tôi cần đến mạng mẽo, hẳn ở nhà tôi sẽ không có wifi. Tôi sẽ dùng chiếc điện thoại ngu ngốc thay vì iPhone. Tôi đã chọn cách xa rời những đồ chơi công nghệ mỗi khi về nhà!

Nhiều lúc nhớ lại những năm một nghìn chín trăm hồi đó, khi người ta nhìn vào mắt nhau nhiều hơn bây giờ, tôi lại thấy tiếc nhớ. Vẫn biết cuộc sống luôn tiến lên, rồi thì máy móc sẽ làm thay tất thảy mọi điều. Mà vẫn thấy những khoảng trống không máy móc nào lấp đầy, thay thế nổi!

Tôi nhớ nhiều ngày nằm bên vợ mà vẫn lướt Facebook, sống cuộc sống ngoài kia mà tự trách mình vô tâm. Tôi biết nhiều người bây giờ vẫn thế. Tôi nhớ nhiều hôm lũ trẻ nhà tôi đòi bố ngồi chơi cờ

75

tỷ phú cùng, tôi đã từ chối vì đang mải hóng những cuộc cãi vã trên mạng. Tôi cũng nhớ những buổi cà phê bốn bố con, tôi tự hào vì ba đứa tự chơi với nhau mà không cần bố. Và mải mê Candy Crush đến bàn thứ 1000. Những cuộc bia bọt bạn bè, mỗi đứa một cái máy điện thoại trên tay mặc dù lý do của cuộc bia bọt là lâu lắm rồi không gặp nhau!

Ai cũng thế!

Ai cũng đang như thế!

Nên nhiều người ví von chúng ta là một "thế hệ cúi đầu" cũng đúng!

Cho đến khi nào, tôi cũng không biết nữa, vợ chồng chỉ biết đến cảm xúc của nhau qua những dòng status trên Facebook. Con cái nhận ra bố mẹ buồn vì thấy bố mẹ đăng một status buồn. Bạn bè hỏi thăm nhau qua những comment, đến thăm nhau bằng cơn bão like trên Facebook của nhau.

Cho đến lúc nào chỉ vì quên điện thoại mà người ta trở nên cấm cảu mặc dù chẳng còn công việc nào giờ đó cần đến chiếc điện thoại cả.

Cho đến lúc nào mà số lời ta nói trên mạng còn nhiều hơn số lời ta nói bên ngoài?

Và cho đến lúc nào, tôi cũng không biết nữa, một ngày bỏ hoang Facebook là một ngày vô vị???

Điện thoại ngày càng thông minh, pin ngày càng dùng được lâu và Facebook thì ngày càng lắm bạn mới. Rồi quên lối vào nhà nhau. Rồi chỉ nhớ màu sắc của các món ăn vì chụp lại nó thay vì nhớ mùi vị. Rồi hôn nhau bằng icon thay vì một nụ hôn thực sự!

Facebook mang đến cho chúng ta vô vàn tiện ích. Đó là điều không ai phủ nhận. Nó kéo gần mọi khoảng cách. Tôi có thể biết cô bạn Ốc sên bé nhỏ Chiocciola Petite của tôi bên Rome đang làm gì. Nhưng tôi lại không biết cô bạn thân Neyht Nết Na Yen Pham của tôi đang gặp chuyện không vui nếu tôi không đọc Facebook của cô ấy.

Tôi chẳng bảo bạn là phải quẳng máy điện thoại đi, ngắt wifi, ngừng phụ thuộc. Bạn hãy cứ sống với điều đó nếu bạn đang không có những mối quan hệ quan trọng. Còn tôi, hôm nay tôi sẽ cùng các con mình đi xem phim, tôi sẽ xuống bể bơi cùng chúng. Vẫn sẽ làm việc với gần chục đầu sách đang chờ xuất bản, vẫn làm cố vấn truyền thông cho hàng loạt dự án, vẫn ấp ủ những kịch bản phim, vẫn dùng Facebook để quảng cáo nhà hàng. Chỉ là tôi sẽ làm chủ nó.

Vậy thôi!

PHẦN DÀNH CHO NGƯỜI ĐỌC

Những quy định hai vợ chồng mình cùng cam kết:

_____

_____

_____

_____

_____

_____

_____

_____

_____

_____

_____

_____

_____

_____

_____

Vợ ký tên   *Chồng ký tên*

CUỘC ĐỜI DÀI LẮM MÀ TÌNH YÊU THÌ THẬT MONG MANH!

Khi anh lấy vợ, anh mong muốn điều gì nếu không phải là có người đồng hành với mình đến cuối đời?

Khi em lấy chồng, em mong muốn điều gì nếu không phải là được nắm tay nhau đi hết cuộc đời?

Nhưng cuộc đời thì dài mà tình yêu thì quá đỗi mong manh. Nhiều người cưới nhau về là xong. Tình yêu cứ theo thời gian mà cùn mòn mục ruỗng. Rồi thì chán nhau. Rồi thì chán chuyện. Kẻ mạnh mẽ thì dứt khoát buông tay. Người yếu đuối thì thở dài cam chịu. Những kẻ lỡ cỡ ở giữa thì chọn ngoại tình.

Thôi thì cũng là lựa chọn của mỗi người, tôi là ai mà đòi phán xét họ?

Nhưng tôi thật chẳng cam tâm.

Bởi tôi yêu những cuộc hôn nhân mà ở đó, vợ chồng họ có thể chia ngọt sẻ bùi.

Bởi tôi mê mệt những cuộc tình đi đến tận cùng đời nhau.

Như hình ảnh vợ chồng cố nhạc sỹ Phan Huỳnh Điểu.

Và bởi tôi thực sự thích được ngắm nhìn và ngưỡng mộ những cuộc hôn nhân như thế! Dù biết rằng để hạnh phúc đôi khi họ phải đánh đổi thật nhiều, hy sinh thật nhiều, trân trọng và gìn giữ nhau thật nhiều! Có cuộc hôn nhân nào hạnh phúc mà không đổ nhiều nước mắt, cắt gọt đến đau đớn cái Tôi?

Cuộc đời thì dài mà tình yêu quá đỗi mong manh! Thoắt đấy hạnh phúc tràn ngập men say tình yêu nhưng cũng có thể chẳng còn gì nữa cả! Thời gian làm dày thêm lên tình yêu nhưng nó cũng lại làm mòn vẹt đi tình yêu ấy! Như nước. Bồi lên bên này và làm lở bên kia! Chọn bên nào là ở mỗi người, mỗi cuộc hôn nhân!

Tôi là kẻ hay lo! Cả khi hạnh phúc cũng sợ bất trắc. Không sợ sao được khi có bao kẻ ngoài kia không thích tôi hạnh phúc. Không sợ sao được khi tôi đang sở hữu người vợ tuyệt vời như thế? Nàng có thể 100% yêu tôi nhưng bao kẻ sẽ rình rập lúc chớp tắt của tình yêu mà làm hỏng nàng. Không sợ tất cả, chỉ sợ ngộ nhỡ. Sảy chân đớn đau lắm! Và cả tôi nữa, tôi cũng cần phải nỗ lực bao nhiêu khi cuộc đời này thật đầy cám dỗ, thật lắm những mưu ma chước quỷ.

Nên tôi vẫn nịnh vợ mình, nói yêu vợ mình mỗi ngày bất kể ai nói tôi sến, bảo tôi hèn hay trách cứ tôi phá hoại hạnh phúc gia đình người khác bằng những bài yêu vợ. Tôi chẳng quan tâm! Điều tôi quan tâm nhất là cái ôm của nàng dành cho tôi mỗi ngày. Vậy thôi! Và tôi ước ao được cùng nàng đi đến tận cùng cuộc đời này mà vẫn yêu nhau như những ngày đầu tiên chúng tôi chung một mái nhà, chung một giường, thức ngủ cùng nhau!

Và nếu là bạn, hãy giúp tôi bằng chính lòng trân trọng cuộc hôn nhân của bạn. Bằng những hình ảnh hạnh phúc của vợ chồng bạn. Bằng chính khát khao cùng vợ chồng tôi lây lan hạnh phúc!

PHẦN DÀNH CHO NGƯỜI ĐỌC

Hãy dán những bức ảnh hạnh phúc của hai bạn vào đây.

HÔN NHÂN & DỰA CẬY!

Người ta cưới nhau để làm gì?
...Đâu chỉ để có vợ hay có chồng.
... Đâu chỉ để sinh con đẻ cái.
... Đâu chỉ để có người bầu bạn lúc tuổi già.
... Đâu chỉ để thành người có gia đình!

Nếu kết hôn với một người để làm những việc ấy, chúng ta đâu cần phải bỏ cả cuộc đời mình vào một cuộc hôn nhân. Để có vợ, có chồng mà như không có khi họ biền biệt với những cuộc vui ngoài kia hay ngay cả khi kề bên nhau mà mắt không rời màn hình điện thoại, máy tính. Để sinh con đẻ cái rồi có một rổ bụng hay những vết rạn cả đời không hết. Hay những đứa con lớn lên trong những cuộc cãi vã không ngừng của cha mẹ. Để tuổi già chắc gì còn muốn thấy mặt nhau mà nói lời bầu bạn. Và trở thành người có gia đình làm chi nếu mái ấm kia chỉ giống như mái hiên tạm bợ?

Tôi nghĩ hôn nhân còn cần nhiều hơn thế! Hôn nhân với tôi giống như dựa cậy. Không phải chỉ là một người vợ hay một người chồng mà còn cần phải là một đồng chí, đồng đội! Để bảo vệ nhau thay vì vào hùa với người khác khi nói về tính xấu của đối phương. Để đứng về phía nhau trước mọi thách thức mà cuộc sống đặt ra. Để sẻ chia cùng nhau những suy nghĩ thật nhất. Không dối lừa. Không tránh né. Không quay lưng. Là dựa cậy nhau trong từng khoảnh khắc được sống cùng nhau. Là dựa cậy chứ không chỉ đồng hành!

Những đứa con được yêu không chỉ bằng tình mẫu tử, phụ tử mà còn bằng lòng yêu người đã cùng mình sinh ra nó. Không phải để có đứa dựa cậy tuổi già, nuôi cha mẹ báo hiếu. Việc đó, con chăm cha sao bằng bà chăm ông. Tôi thích được thấy vợ mình trong hình hài tí xiu kia. Tôi thích được cùng vợ mình chứng kiến chúng trưởng thành. Như cách cùng nhau nuôi lớn một tình yêu vậy!

Và trò chuyện không chỉ là nói, nói, nói mà còn là lắng nghe, lắng nghe, lắng nghe! Để nghe thấy cái nhíu mày của họ. Để nhìn thấy tiếng thở dài nuốt vào bên trong của họ. Dựa cậy vào nhau để thấy được những điều mà không một ai thấy ngoài mình. Để không bao giờ phải nghe ai đó nói, nhắc: "Dạo này tao thấy chồng mày, vợ mày nhiều tâm sự!"

Không! Chỉ chúng ta mới là người đầu tiên nhìn thấy.

Như sợi dây đàn chạm nhẹ là rung lên.

Như cái vuốt má thật nhẹ mà vợ tôi hay dành cho tôi khi thấy ánh mắt chồng có nét buồn thoáng qua! Tôi nghĩ, chỉ cần yêu nhau đủ, chúng ta sẽ luôn dễ dàng nhận ra những thay đổi cảm xúc của họ!

Và gia đình! Sẽ chẳng có gia đình nào sất nếu như nó không được bắt đầu bằng lòng yêu thương, trân trọng và gìn giữ bằng chính lòng yêu thương! Trách nhiệm hay nghĩa vụ xét cho cùng cũng phải bắt đầu bằng yêu thương. Nếu không có yêu thương, trách nhiệm chỉ giống một công việc, nghĩa vụ chỉ giống một thói quen. Nếu bạn yêu đủ, bạn sẽ có tất cả!

Tôi có đòi hỏi quá cho một cuộc hôn nhân chăng?

Nhưng nếu hôn nhân mà không được như vậy thì sao ta cần dốc cả cuộc đời mình cho nó???

PHẦN DÀNH CHO NGƯỜI ĐỌC

Em muốn cuộc hôn nhân của mình sẽ thêm những ước mơ này:

_____

_____

_____

_____

_____

_____

_____

_____

_____

_____

_____

_____

_____

_____

_____

_____

_____

_____

_____

CAN ĐẢM YÊU ANH!

Sáng nay, Facebook báo năm năm trước, ngày này, hai đứa có một chuyến đi Đồ Sơn. Đó là thời điểm quyết định sinh Phương Nguyên Ít khi đã có Gia Bách Hoàng và Trà My Trà My! Đó quả thực là một quyết định cháy bỏng nhất của nàng: Muốn cho tình yêu của hai đứa có thêm một điều kỳ diệu để gắn chặt đời nhau lại. Tôi nghĩ rằng đó là sự can đảm thứ hai mà nàng đã dành cho tôi!

Sự can đảm thứ nhất hẳn phải là việc nàng quyết định gắn đời nàng với tôi, trở thành "bà Tú". Tôi nghĩ đó là một sự can đảm. Không can đảm sao được khi mà lúc ấy tôi đang là kẻ tay trắng với một khối nợ nần, dù không nhiều, nhưng cũng quá bấp bênh để nghĩ tới việc đi xa cùng nhau. Đến cả chiếc xe máy cũng là đi mượn thì nói chi đến việc mua

87

nhà tậu xe. Vậy mà nàng, đôi mắt vẫn long lanh khi nói rằng nàng là "bà Tú"! Tôi nghĩ người phụ nữ này hẳn là điên rồi hoặc quá ư là can đảm! Chỉ có kẻ liều lĩnh hoặc kẻ đủ tự tin lắm lắm mới dám chơi một canh bạc như vậy!

Là can đảm! Đến lần can đảm thứ hai của nàng khi quyết định sinh cho tôi cô nhóc Phương Nguyên thì tôi mới có thể chắc chắn đó là can đảm chứ không phải liều lĩnh! Bởi nàng có thể không cần đẻ mà vẫn khiến tôi muốn gắn chặt cuộc đời với nàng kia mà! Trong suốt những năm tháng sống cùng nàng, chiến đấu cùng nàng, lăn lộn cuộc sống với nàng thì sự can đảm ấy tôi đã gặp thêm nhiều lần nữa. Như việc mở nhà hàng, như việc mua nhà ở Times City, như rất nhiều việc khác mà tôi đã được trải qua cùng nàng. Là can đảm!

Ai đó có thể định nghĩa lòng can đảm là thế này hay thế nọ, với tôi, lòng can đảm là việc dám theo đến tận cùng niềm tin của mình! Không chỉ trong những việc lớn mà còn là trong cả những tình huống nhỏ xíu. Như nhận lỗi khi sai. Như cảm thấy đúng là làm dù ai có nói ngả nói nghiêng. Như cảm xúc với một ai đó không vì những tác động bên ngoài mà thay đổi. Nàng là thế! Nàng dạy tôi về lòng can đảm như thế! Sáng nay, khi xem lại Facebook ngày này năm xưa, nhìn lại nụ cười của nàng năm năm về trước, điều mà tôi tự hào nhất đó là tôi đã gìn giữ được nụ cười này, khiến nụ cười này trở nên viên mãn hơn sau năm năm. Tôi biết tình yêu của nàng dành cho tôi sau năm năm vẫn cứ nồng nàn như thế! Đó phải chăng cũng chính là một hạnh phúc???

12/6/2010 tại Đồ Sơn và đúng 9 tháng 5 ngày sau, 17/3/2011, Hoàng Phương Nguyên ra đời! Rồi mai này, Nguyên Ít hoàn toàn có thể khoe với bạn trai rằng: "Em được khởi tạo tại Đồ Sơn và sinh ra tại Hà Nội!"

PHẦN DÀNH CHO NGƯỜI ĐỌC

Những địa danh mà em muốn kể cho con mình nghe:

_____

_____

_____

_____

_____

_____

_____

_____

_____

_____

_____

_____

_____

_____

_____

_____

_____

_____

_____

_____

_____

VỀ NHÀ THÔI, CÓ AI ĐÓ ĐANG CHỜ!

"Thật Hạnh Phúc khi biết ai đó vẫn luôn chờ ta. Và chợt nhận ra mình có tất cả mỗi khi về nhà."

Tôi đã nghe đi nghe lại đến chục lần ca khúc *Tôi muốn về nhà* của Hoàng Bách. Và lần nào cũng rưng rưng. Có lẽ bởi tôi thật sến súa chăng?

Nếu bạn đã từng lái xe khi người đàn bà của bạn cùng ba đứa nhóc nhí nhố đằng sau cùng nghêu ngao: "Bố ơi mình đi đâu thế?"

Nếu bạn đã từng đi một chuyến công tác và khi về nhà nghẹt thở bởi những vòng tay ôm siết của những đứa con và người vợ tuyệt vời!

Có lẽ bạn cũng như tôi: Về nhà thôi!

Một ngôi nhà. Thật hạnh phúc khi chúng ta có một ngôi nhà để trở về khi mỏi mệt, lúc cuối ngày! Tôi biết nhiều người còn không biết về đâu lúc cạn ngày. Bởi tôi cũng từng có một thời như thế: tan sở về chẳng biết đi đâu.

Nhà. Tôi vẫn thích câu: Nhà là nơi có em! Phải, nhà là thế! Chứ một căn nhà lớn dẫu đủ đầy tiện nghi mà không có một tấm lòng ngóng đợi mình thì đó chỉ là chiếc hộp đầy máy móc. Tôi thích một ngôi nhà có những đợi mong.

Tôi nghĩ, món quà lớn nhất của hầu hết đàn ông đều là một ngôi nhà với những đợi mong. Chỉ là vài đàn ông trong số đó không hiểu được giá trị của những đợi mong ấy. Nhưng cũng có vài đàn ông không có được lòng đợi mong ấy! Là bởi người vợ của họ cũng không biết giá trị của ngôi nhà. Thật đấy, vài phụ nữ tôi biết, chỉ nghĩ rằng ngôi nhà là nơi để tránh mưa trú nắng.

8/3, 20/10 hay 14/2... chúng ta chúc tụng nhau đủ những mỹ từ tươi đẹp, tặng nhau hoa hồng vàng trị giá 250 triệu đồng hay gì đi nữa thì vẫn luôn là chẳng đủ. Tôi chắc chắn rằng luôn là không đủ. Nếu chúng ta không tặng được cho nhau lòng mong ngóng trở về nhà. Là các anh tặng cho vợ mình lòng mong ngóng trở về nhà. Là các chị hãy khiến cho các anh nhận ra lòng mong ngóng ấy! Đôi khi chỉ cần là nụ cười thôi cũng được. Nào cần phải bữa cơm ngon canh ngọt hay hoa trưng góc nhà. Tôi nghĩ vậy!

Bởi ngoài kia, ai chắc lòng tốt nào là thật? Gió bụi bão bùng. Nếu về tới nhà mà có một lòng an yên thì ai mà không muốn về cho được?

Hãy viết vào đây những điều mà bạn chờ đợi ở người bạn đời của bạn mỗi khi về nhà. Hẳn là họ muốn đọc những điều này hơn là bài viết trên!

94

TIN VÀO ĐIỀU KỲ DIỆU...

Nếu cuộc đời này toàn chuyện xấu xa
Tại sao cây táo lại nở hoa
Sao rãnh nước trong veo đến thế?
L.Q.V

Có một hội chứng trên đời là "Cố.Chấp.Tin". Dẫu trăm bận tin rồi thất vọng, tin rồi bị bất tín, tin rồi bị lừa, tin rồi mất mát, tin rồi thua thiệt, tin rồi vỡ vụn. Thì có những người vẫn "Cố.Chấp.Tin". Tôi là người mắc hội chứng đó!

Trên đời này có sự kỳ diệu hay không? Ai có câu trả lời? Tôi! Và câu trả lời là: Có! Bởi tôi đã gặp rất nhiều điều kỳ diệu trong cuộc đời mình. Vợ tôi là một điều kỳ diệu. Pi Bách là một điều kỳ diệu. My

Meo là một điều kỳ diệu. Nguyên Ít là một điều kỳ diệu. Và còn rất nhiều điều kỳ diệu nữa trong công việc, nơi bạn bè, chốn kinh doanh... Và những kỳ diệu đó đều xảy ra từ lòng tin đến cố chấp của tôi!

Tin. Tin vào điều kỳ diệu là tin vào chính mình, tin vào những điều mình xứng đáng được nhận. Mà nếu điều kỳ diệu ta tin chưa xảy ra thì đó là vì chưa đủ duyên, chưa đủ chín, chưa đủ tin! Chứ không phải vì nó không tồn tại, nó không hiện hữu, nó không có thật! Sau là tin vào những người đi cùng ta trên hành trình đó! Trao ai đó một niềm tin ấy là ta tặng cho họ một món quà! Họ trân trọng món quà đó hay không chẳng phải việc mình quyết được. Vậy tại sao phải tự dằn vặt bản thân vì điều đó?

Đọc tới đây là bạn đã cùng tôi sẻ chia thật nhiều về niềm tin. Đừng ngại, hãy như ngọn lửa nhỏ, thắp lên, san sẻ cho mọi người!

PHẦN DÀNH CHO NGƯỜI ĐỌC

Những điều khiến em hạnh phúc khi có anh:

_____

_____

_____

_____

_____

_____

_____

_____

_____

_____

Những điều khiến anh hạnh phúc khi có em:

_____

_____

_____

_____

_____

_____

_____

_____

_____

_____

ĐIỀU GÌ GIỮ LẠI MỘT CUỘC HÔN NHÂN?

Hôm qua, nhằm lúc mưa to gió lớn, tâm trạng đầy bất an, vợ hỏi chồng: "Điều gì giữ lại một cuộc hôn nhân?"

Điều gì giữ lại một cuộc hôn nhân?
Đó là một câu hỏi vừa dễ vừa khó để trả lời!
Dễ là bởi ai cũng sẽ nói: Tình yêu!

Một khi còn yêu nhau thì dù đối phương có thế nào, cuộc hôn nhân ấy vẫn sẽ được giữ lại! Bởi tình yêu là thứ nuôi dưỡng hôn nhân tốt nhất, chuẩn nhất!

Nhưng lại rất khó khi ai cũng biết tình yêu không phải là thứ bất biến. Tôi vẫn nói về những chớp tắt giữa cuộc hôn nhân, trong đời sống vợ chồng. Là khi một trong hai mỏi mệt mà buông tay. Là khi trong vài xô đẩy của cuộc đời, một trong hai gặp những thất vọng tạm thời về đối phương. Chưa kể ngoài kia thiên hạ vẫn còn nhiều kẻ tham lam muốn được ăn vụng hạnh phúc của người khác. Chưa kể trái tim con người vốn dĩ quá mong manh uỷ mị. Mỗi ông chồng đều có nhiều phụ nữ muốn làm vợ ngắn hạn, mỗi bà vợ đều có nhiều đàn ông muốn thưởng thức bữa thịt người miễn phí!

Tôi cũng nghĩ về những đứa con. Khi đùa bảo vợ rằng sáng rời khỏi nhà bị con hôn cho một cái thì chẳng ai muốn rời khỏi tổ ấm này. Nhưng hoá ra chẳng phải. Con cái thì dù cha mẹ thế nào chúng vẫn yêu thương. Thứ tình cảm ruột già máu mủ ấy đâu dễ mà đổi khác. Nên nhiều người vẫn buông tay nhau dù thắt lòng nhìn đôi mắt ngơ ngác buồn bã của con.

Tôi cũng nghĩ về sự bền vững của một gia đình lớn khi cha mẹ hai bên dốc lòng vun vén cho đôi trẻ. Nhưng làm sao có thứ đủ cam kết giữ lại trái tim trong một trái tim?

Tôi nghĩ về tình thương. Thứ mà chúng ta có được không phải chỉ trong ngày một ngày hai, thứ mà không phải là những cảm xúc trừu tượng như tình yêu. Là một thứ rất THẬT. Là một thứ làm cho ta thấy xót khi bạn đời gặp chuyện, là một thứ khiến ta khóc cười theo nhau, bền bỉ cùng nhau. Có tình thương là có mỏ neo để vin dựa cậy nhờ những khi bão tố! Tình thương cần nhiều thời gian để tâm đến nhau. Tình thương cần nhiều thời gian để vun vén, dành dụm, tích lũy!

Tôi nghĩ thế, về thứ giữ nhau lại của hôn nhân!

Còn bạn, bạn nghĩ hôn nhân được giữ lại nhờ điều gì?

PHẦN DÀNH CHO NGƯỜI ĐỌC

Cuộc hôn nhân của chúng ta được giữ bởi:

TRỐN VÀO TRONG... VỢ!

Từng có người nói với tôi rằng:
Anh luôn là con người của giải pháp. Dường như trước mọi việc, anh luôn có cách giải thích và giải quyết nó.

Tôi mà làm được vậy thì hẳn tôi là một chiếc máy tính rồi. Không! Tôi là một con người! Tôi cũng có những câu chuyện mà tôi không giải quyết được. Có những câu chuyện xảy ra trong đời khiến đời tôi xơ xác, khiến trái tim tôi đau nhói, khiến tôi không thể cười được trọn vẹn một nụ cười. Những lúc như thế, rượu cũng không giải quyết được. Những lúc như thế, nỗi buồn như thể axit ăn mòn cảm hứng sống của tôi. Và những lúc như thế, cả ba đứa con của tôi cũng không sao khiến tôi nguôi ngoai được.

(Chỉ thương chúng nó thêm thôi vì bố chúng lúc ấy như một cái xác không hồn).

Tôi từng có những ngày như vậy.

Chỉ là tôi đã không viết nó ra, không nói ra.

Bởi nếu nỗi buồn mà viết ra được, nỗi buồn sẽ vơi đi được. Bởi nỗi buồn nếu chia sẻ được, nỗi buồn sẽ bớt đi được.

Những lúc như thế, tôi trốn vào trong vợ mình.

Chẳng phải là gục đầu vào lòng vợ để khóc than đâu.

Mà là trốn vào thế giới của vợ tôi.

Vợ tôi có một thế giới.

Mỗi cô gái đều có một thế giới như thế!

Tôi đã từng được bước vào vài thế giới nhỏ kiểu ấy - khi cô gái nhỏ mở cửa thế giới ấy cho tôi bước vào trú ngụ.

Gọi là một thế giới nhỏ nhưng nó rất lớn.

Cô gái nào cũng vậy.

Chỉ khác là thế giới đó được sắp đặt ra sao. Giữa những ước mơ, bên những dự định, vài chiếc hộp cất giấu mảnh tình nhỏ, dăm món đồ lưu niệm hoặc có người sở hữu cả một kho những nỗi buồn…

Thế giới nhỏ ấy, có người biết, có người không biết.

Nhiều năm làm Chánh Văn giúp tôi bước vào những thế giới nhỏ ấy mỗi khi nghe các cô gái nhỏ tâm sự.

Vợ tôi có một thế giới.

Như mọi cô gái khác, thế giới đó cũng lấp lánh những ước mơ, cũng giấu tôi một vài bí mật (tôi không có nhu cầu ngó vào dù nhiều lúc cơn tò mò khiến tôi ghen). Nhưng trong thế giới đó, nơi tôi chọn trú tránh lại là một nơi mà chỉ có những người như vợ tôi mới có: Sự Tốt Đẹp.

Đó là một nơi làm nên con người vợ tôi, tạo ra sự hấp dẫn đến không cưỡng nổi với mọi người đàn ông yêu nàng, trong đó có tôi. Đó cũng là lý do mà rất nhiều người đàn ông đã yêu nàng cho dù nàng đã có tôi. Sự Tốt Đẹp trong nàng chính là một hấp lực kinh khủng.

Như khi bạn nói cho nàng nghe một chuyện thật xấu xa về một ai đó nàng quen. Với nhiều người, hẳn sẽ thấy kẻ đó đáng ghét. Nhưng với nàng thì không. Bởi nàng nghĩ đơn giản: Họ xấu ở đâu không biết, họ có xấu với mình không mới quan trọng. Bằng họ không xấu với mình thì cớ sao mình lại nghĩ xấu về họ?

Như khi ai đó kể cho nàng nghe về những điều tồi tệ trong cuộc sống. Nàng sẽ nghe. Nhưng những điều tồi tệ ấy chẳng ảnh hưởng đến nàng. Không vì thế mà nàng nhìn mọi thứ tồi tệ đi.

Như khi nàng hết yêu một ai đó, nàng sẽ ngưng nói về họ. Nếu có, nàng sẽ chỉ nói về những thứ tốt đẹp mà người ta đã từng dành cho nàng. Hết yêu với nàng chỉ đơn giản là ngưng nghĩ về họ. Dù cho cuộc tình đó đã từng tệ hại đến đâu. Dẫu cho gã đó đã khiến nàng rơi bao nhiêu nước mắt. Hết yêu chỉ đơn giản là thôi gặp, thôi nói, thôi nghĩ.

Như mọi thứ xảy ra trong cuộc sống của nàng chỉ đơn giản: Đúng thì làm. Là đúng theo cách nghĩ của nàng. Sai thì sửa. Là sai theo cách nghĩ của nàng. Sẵn sàng xin lỗi. Sẵn sàng nhận sai. Nàng không bao giờ so đo một lời xin lỗi. Nàng không bao giờ hà tiện một lời nhận lỗi.

Nàng là vậy. Nàng còn nhiều thứ mà trong suốt nhiều năm làm bạn trai - người yêu - chồng và cha của các con nàng, tôi được chứng kiến, được học, được thụ hưởng (đầy ngưỡng mộ). Càng sống với nàng, tôi càng trân trọng cái thế giới nhỏ bé ấy của nàng, càng mong muốn giữ cho nàng cái thế giới đó, bảo vệ thế giới đó của nàng (anh xin lỗi vợ những khi anh giận điên lên là bởi anh không muốn thế giới ấy bị tổn hại, sự tôn nghiêm ấy bị xâm phạm).

Những lúc lòng xác xơ nhất, cảm giác bị bội phản hay khi trái tim tôi bị xé nát bởi hai chữ "tình thân", tôi luôn trốn vào trái tim nàng, vào thế giới nhỏ ấy, sự tốt đẹp ấy. Để biết rằng tôi có một nơi như thế để trở về.

Ai đó bảo là bởi tôi nghiện vợ, tôi nịnh vợ, tôi mê lú, tôi bợ đỡ... Là gì cũng chẳng là gì khi tôi đang là người duy nhất giữ chìa khoá thế giới nhỏ ấy. Là gì cũng chẳng là gì bởi tôi đang là người được ở trong thế giới nhỏ ấy.

Một bài viết nhỏ nữa để nói với nàng rằng: Chừng nào còn yêu tôi, hãy cho tôi được bảo vệ nàng, bảo vệ thế giới nhỏ ấy, bảo vệ sự tốt đẹp, tôn nghiêm ấy. Nó là giá trị mà cả đời tôi đã kiếm tìm và gặp được!

PHẦN DÀNH CHO NGƯỜI ĐỌC

Điều tốt đẹp nhất ở em mà anh muốn em giữ cho anh là gì?

_____

_____

_____

_____

_____

_____

_____

_____

_____

_____

_____

_____

_____

_____

_____

_____

_____

_____

MỖI KHOẢNG ĐỜI SẼ LẠI CÓ MỘT NGƯỜI ĐÀN ÔNG XUẤT HIỆN...

Sáng nay, tôi ngồi cà phê với một bà chị làm cùng cơ quan cũ, câu trên là của chị nói với tôi! Và tôi nghĩ cánh đàn ông nên biết điều này!

Chị nói: Đàn bà là thế, mỗi khoảng đời của họ sẽ lại xuất hiện một người đàn ông phù hợp với họ. Như một chu kỳ sinh học vậy. Có thể là ba năm, có thể là năm năm, cũng có thể là bảy năm.

Lý thuyết này tôi cũng đã nghe một bà chị khác đang là tiến sỹ giáo dục bên Hà Lan nói. Về chu kỳ sinh học của phụ nữ trong việc chọn lọc tự nhiên. Để giải thích cho các cuộc hôn nhân chỉ kéo dài ba năm, năm năm hoặc bảy năm là đổ vỡ. Với nhiều phụ nữ, cơ chế sinh học này rất mạnh và chi phối cảm xúc của họ với bạn (tình) đời của mình.

Đàn ông hẳn sẽ gay gắt phản đối lý thuyết này và cho rằng nó thật ngớ ngẩn. Nó là thứ bao biện cho những phụ nữ đốn mạt, lăng loàn. Thật ra chính tôi cũng từng nghĩ như thế! Rằng ngoại tình, rằng phản bội là do tính nết và đạo đức của người phụ nữ chứ không phải chu kỳ sinh học hay bất cứ thứ nhảm nhí nào.

Nhưng. Nhưng nếu chúng ta nhìn lại thì sẽ thấy. Bao nhiêu người đàn ông cưới vợ và chịu thay đổi bản thân mình để có thể hoà hợp với vợ? Có câu: trước hôn nhân, người phụ nữ mong anh chàng của mình sẽ thay đổi, người đàn ông thì mong người phụ nữ sẽ vẫn mãi đáng yêu như vậy. Nhưng đám cưới xong cả hai đều thất vọng! Bao nhiêu người vợ vào xác nhận cho tôi điều này đi! Bao nhiêu người chồng sẽ đồng ý với tôi về điều này?

Và nếu những người chồng chịu thay đổi sau khi cưới vợ thì bao nhiêu trong số đó sẽ tiếp tục chịu thay đổi theo chiều hướng tích cực trong suốt những năm tháng hôn nhân tiếp sau đó? Tôi e là không nhiều. Vậy thì đừng nói vì sao vợ anh sẽ dần chán anh.

Chị bạn tôi nói: Mỗi giai đoạn người phụ nữ lại mong mỏi nhiều hơn ở người bạn đời của mình. Và nếu người đàn ông của họ vẫn giậm chân tại chỗ, họ sẽ chán và khi đó, một người đàn ông khác sẽ xuất hiện. Với nhiều phụ nữ, họ sẽ cất kín trong lòng người đàn ông mơ ước kia. Nhưng với vài phụ nữ, họ sẽ bứt ra khỏi người đàn ông cũ kĩ ấy. Ly dị hay ngoại tình từ đó mà thành.

Tôi nghĩ về người phụ nữ của đời tôi: Nàng! Tôi nào muốn mất nàng. Kể cả trong mơ tôi cũng không muốn mất nàng. Nhưng cuộc đời này thì thật là vô thường. Tôi nào có thể nhốt giữ nàng trong tim tôi 24/7? Trái gió giở giời làm sao tránh được hắt xì hơi? Tôi chỉ biết lấy giá trị của mình làm thứ neo đậu nàng lại bên mình. Để được đồng hành với nàng xa nhất có thể. May mắn thì kéo dài đến ngày một trong hai nhắm mắt xuôi tay. Bằng nếu phải rời tay, hẳn tôi sẽ không bao giờ trách cứ nàng. Tôi bảo nàng: Chừng nào em còn yêu anh, hãy cho anh được chăm sóc em, bảo vệ những điều tốt đẹp nhất mà em đang có. Chỉ vậy thôi! Chỉ là vậy thôi!

PHẦN DÀNH CHO NGƯỜI ĐỌC

Những điều em muốn anh giúp em để giữ tình yêu chúng ta được trọn vẹn:

_____

_____

_____

_____

_____

_____

_____

_____

_____

_____

_____

_____

_____

_____

_____

_____

_____

_____

_____

CÓ HẠT MƯA NÀO CHỊU NHẬN MÌNH TẠO RA CƠN LŨ?

*K*hi cơn lũ đến, chẳng có hạt mưa nào nghĩ rằng nó góp phần tạo ra cơn lũ ấy. Bởi hạt mưa nào cũng cho rằng mình quá mỏng manh, quá bé nhỏ, nào gây ra tổn hại gì được đâu.

Luật Nhân Quả nhiều lúc quá mơ hồ. Nó giống như một cái đập cánh của con bướm tận Châu Phi mà thành sóng thần ở Châu Á. Thế nên một hạt mưa ngỡ như vô hại mà thành cơn lũ lớn trong đời.

Tôi nghe nhiều câu chuyện ngoại tình cũng vậy. Luôn bắt đầu bằng những thứ lớn lao và dữ dội như một trận lũ quét. Những lý do người ta đưa ra vô cùng hợp lý. Như chồng vô tâm. Như vợ không chia sẻ được. Như những chẳng chịt của các mối quan hệ mẹ chồng nàng dâu, gia đình nhà vợ... Luôn hợp lý. Hợp lý như một cơn lũ quét vừa xảy ra. Nhưng những hạt mưa thì không thấy ai nói tới dù chính nó góp phần tạo nên trận lũ ấy!

Một hạt mưa nhỏ bé và vô danh. Có khi không nhiều hơn một giọt nước mắt. Như tới bữa cơm người vợ không còn đợi chồng về ăn cùng. Như niềm vui bé nhỏ người chồng thôi mang về kể lại cho vợ nghe. Như chiếc áo mới mua về quên cắt mác thì chồng mới biết vợ mình vừa có áo mới. Như tiếng thở dài cứ nuốt ngược vào trong. Như nhiều điều nhỏ bé khác mang hình hài hạt mưa vô danh nọ...

Cơn lũ đến! Nó tàn phá tan hoang mọi nơi nó đi qua. Hôn nhân tan tành là bởi cơn lũ. Mà chẳng ai nhớ đến hạt mưa mà mình đã buông vào đâu đó trong đời sống vợ chồng một sớm mai. Chẳng ai nhớ. Chẳng ai nhớ hạt mưa vô danh ấy!

Tôi thì nhớ. Tôi thì luôn bắt mình phải nhớ. Phải biết áy náy với những hạt mưa vô danh ấy. Như một cách để ngăn một cơn lũ có thể xảy ra. Vậy mà đôi khi tôi vẫn phải đi khắc phục những cơn lũ. Có người hỏi tôi: "Vậy thì anh mỏi lắm nhỉ? Hôn nhân sao vất vả thế?" Không! Tôi không nghĩ vậy! Hạt mưa vô danh thì nhiều lắm. Đỡ không hết đâu. Nhưng hãy cứ ngưng được nhiều nhất có thể. Để cơn lũ sẽ nhỏ đi nhiều nhất có thể. Và nó không phải là nhiệm vụ. Nó là điều chúng ta phải làm, vậy thôi. Làm một người tử tế. Làm những điều tốt đẹp nhất có thể làm được. Phải không khi chúng ta đều cần thấy điều tốt đẹp trong đời này?

PHẦN DÀNH CHO NGƯỜI ĐỌC

Những lỗi lầm của anh mà em hoàn toàn có thể tha thứ:

PHỤ NỮ THẬT NGỐC KHI BÀY RA PHÉP THỬ LÀM MÌNH ĐAU

Trong tình yêu, mọi phép thử đều không có giá trị.
Mà có khi, nó còn mang đến cho người ra phép thử những
nỗi đau và tổn thương sau đó!

Mấy hôm nay, trên mạng đang lan truyền phép thử nhắn tin cho chồng ba chữ: "Em Yêu Anh" để xem phản ứng của các đấng ông chồng. Nó làm tôi nhớ lại nhiều phép thử mà các nàng vợ đã từng rỉ tai nhau từ lâu lắc. Như kiếm một số máy lạ nhắn cho chồng à ơi, tán tỉnh xem chồng mình có đáp lại không. Như nhờ cô bạn nhắn tin tán tỉnh mình và để chồng vô tình nhìn thấy xem

116

chồng có tức điên lên mà giữ chặt lấy mình không. Các nàng (tự cho rằng) tinh quái, khôn ngoan nhưng lại đầy ngốc nghếch, khờ dại. Bởi mọi phép thử đều không cho ra những kết quả đúng. Tình yêu không có chỗ cho những phép thử.

Ai đó bảo tôi rằng: Thử là tốt chứ? Ít ra là để biết chồng có yêu mình không?

Mà quên rằng: Đáp án nằm ở cả một quá trình chứ không phải trong vài khoảnh khắc.

Đặc biệt trong tình huống này, đáp án sai hay đúng, thoả mãn hay bất ngờ đều chẳng có giá trị trong việc làm cho cuộc hôn nhân này trở nên tốt đẹp hơn!

Chúng ta cưới nhau, làm vợ chồng với nhau há chẳng phải là muốn được chia ngọt sẻ bùi, nắm tay nhau đi đến tận cùng cuộc đời hay sao? Vậy thì một phép thử, nếu thoả mãn, nó có phải là một cam kết đi xa không? Và nếu phép thử đó ra kết quả sai, liệu có vì nó mà bạn kết thúc cuộc hôn nhân này?

Tôi vẫn sẻ chia cùng nhiều người rằng: Trừ phi ta cần một chứng cứ cho vụ án thì ta mới cần làm phép thử. Nếu là tình yêu thì đừng! Bởi tình yêu là một quá trình sản sinh liên tục, nuôi lớn mỗi ngày. Nó có thể có điểm bắt đầu nhưng không ai biết điểm kết thúc và không ai muốn biết điểm kết thúc của nó. Bởi tình yêu là chuyện của trái tim chứ không phải là của lý trí.

Nhắn một cái tin "Em Yêu Anh" cho chồng. Nếu đó là chuyện thường ngày của bạn thì kết quả sẽ giống như thường ngày. Mọi phản ứng khác xảy ra đều chỉ là bởi đã lâu rồi bạn quên nhắn cho chồng mình câu đó. Và trong phép thử này, lẽ ra, hãy là từ chính bạn! Hãy tự nhắn cho mình rằng: Bao lâu rồi ta quên nói lời yêu thương với chồng mình? Và thay vì "hiếu kỳ" với việc chồng mình phản ứng ra sao, hãy mời chồng một bữa tối xuýt xoa lãng mạn. Hãy cùng "thưởng thức nhau" thay vì ngỡ ngàng hoặc bất ngờ với việc chồng mình trả lời tin nhắn thế nào.

Phụ nữ ngốc khờ xiết bao khi tự bày ra những trò có thể làm mình đau, hiếu kỳ với những điều phi lý. Không phải thế sao nếu như trong suốt thời gian qua, bạn chưa từng làm điều gì để chồng hiểu bạn yêu anh ta đến nhường nào. Rồi đùng một cái, bạn cần anh ta phải chứng minh anh ta yêu bạn thế nào chỉ bằng một tin nhắn? Nó có khác chi việc một người bạn nào đó của bạn quanh năm suốt tháng chẳng quan tâm đến bạn nhưng bỗng một hôm chạy qua nhà bạn vay tiền. Nó có khác chi việc chúng ta chỉ muốn nhận mà quên cách cho đi! Nó có khác chi bạn mơ một công việc thật nhàn hạ mà lương phải cao ngất? Và nếu bạn đã thử trò chơi "Em Yêu Anh" mà nhận về kết quả tệ thì cũng đừng buồn. Nếu có buồn hãy dành nỗi buồn đó cho chính mình trong cuộc hôn nhân này!

Còn nếu bạn chưa biết trò nhắn tin này, chưa thử trò nhắn tin này, xin chúc mừng bạn! Bởi bạn hoàn toàn có một cơ hội để bắt đầu nuôi lớn cuộc hôn nhân của mình bằng những tin nhắn quan tâm chồng. Và luôn nhớ kết thúc nó bằng ba chữ: Em Yêu Anh! Mỗi ngày! Là mỗi ngày!

PHẦN DÀNH CHO NGƯỜI ĐỌC

Những điều mà chúng ta nên " thử " cùng nhau:

_____

_____

_____

_____

_____

_____

_____

_____

_____

_____

_____

_____

_____

_____

_____

_____

_____

_____

_____

ĐÃ BAO LÂU CHƯA NHẮN

"EM YÊU ANH"?

Nếu không phải là trò chơi nhắn tin "Em Yêu Anh" cho chồng để thử xem phản ứng của chồng thế nào thì bao lâu rồi các nàng chưa nhắn cho chồng ba chữ ấy?

Tôi kể các nàng nghe (và ối đàn ông ghen tị với tôi cho coi), rằng tôi nhận được những tin nhắn "Em Yêu Anh" khá thường xuyên từ vợ mình! Và nếu tính cả những tin nhắn tương tự thì là hằng ngày. Đến mức hôm nào vợ không nhắn là tôi ăn không ngon, ngủ không yên. Nó như thứ thuốc gây nghiện vậy. Đôi lúc, chẳng phải lý do nào to tát, chỉ là đọc được đâu đó trên mạng bài viết về chồng mình hay khi hơi mệt một tẹo, lúc thì là nhớ những kỷ niệm cũ, khi thì là bởi thấy bạn bè khoe ảnh hạnh phúc. Vợ tôi là người có nhu cầu thể hiện tình cảm rất cao. Và đi cùng nó là yêu cầu chồng thể hiện tình cảm với mình! Là bởi cả hai vợ chồng đều sợ công việc sẽ cuốn nhau đi, lỡ lạc mất nhau! Mà ngoài kia thì đầy hố bẫy, chẳng tin được bố mẹ thằng con nào sất!

Có thể đôi người cho rằng vợ chồng chúng tôi "sến bà cố". Thậm chí có người sẽ bĩu môi dè biu rằng: "Gớm, về nhà đóng cửa mà nói yêu nhau! Thể hiện nơi công cộng thật là nực cười!"

Phải! Đó là lý do mà chúng ta chửi bới nhau công khai, vạch quần đái bậy công khai, hở ngực công khai, thể hiện sự xấu xí công khai, đánh ghen công khai, làm tổn thương người khác công khai, bình phẩm người khác, nói xấu người khác công khai! Trong khi điều tốt đẹp thì lại giấu đi, hạnh phúc giấu đi, niềm vui giấu đi, yêu thương giấu đi, lời cảm ơn giấu đi, lòng biết ơn giấu đi!

Chẹp! Thử nhìn xem trên Facebook này có phải vậy không? Sao phải giấu đi lòng yêu ấy của mình??? Yêu thương đấy, sến đấy thì làm sao???

Quay trở lại trò nhắn tin cho chồng "Em Yêu Anh" và hể hả khoe phản ứng của chồng làm thú vui, sao không hỏi chồng hôm nay có điều gì buồn vui? Tôi chắc rằng có ít nhất một vạn tám ngàn người chồng thích được vợ quan tâm tới mình thay vì ngồi đấy hoặc lên mạng than thở chồng mình thế này chồng mình thế kia. Này, các nàng thân mến, nếu Facebook thần thánh có thể cho các nàng nhiều thứ hơn chồng nàng dành cho nàng thì nên kết hôn với Facebook. Hãy bỏ quách gã chồng vô tích sự đó đi thay vì ngoại tình với Facebook, khóc lóc trên Facebook!

Hôm qua, tôi có phản ứng một vài dòng trên fanpage của tôi về trò nhắn tin này và bị vài người comment lại rằng: "Chắc lão này bị vợ troll nên cay cú í mà!" Ồ không nhé! Nếu là vợ troll thì tôi bị troll vài lần mỗi ngày. Bởi những tin nhắn mùi mẫn cực kỳ. Chỉ là tôi bất bình thay cho những ông chồng bị vợ quăng tin nhắn lên mạng cho thiên hạ cùng cười đùa, bình phẩm. Và tôi thấy buồn, thật buồn vì lòng tốt bị nghi ngờ, giờ đến yêu thương cũng bẫy nhau để thành nghi ngờ nhau. Như câu chuyện một cô nàng hả hê nhắn cho chồng "Em yêu anh" khiến chồng nghi ngờ về oánh ghen, đập vỡ cả chiếc iPhone 5 "soành điụ", sau nhận ra đó chỉ là trò chơi nên đã mua ngay iPhone 6 tặng vợ! Ôi, nếu đó là chuyện thật thì nó thật buồn!

Tôi tự hỏi và hy vọng các nàng khi đọc đến dòng này hãy tự trả lời giùm tôi và chính bản thân các nàng rằng: Đã bao lâu rồi các nàng chưa nhắn một vài tin nhắn mùi mẫn cho chồng? Nếu chưa thì nhắn đi! Và nếu rồi thì nhắn tiếp nhiều vào. Mỗi ngày. Để giữ mình trong tâm trí của chồng. Là nàng. Ừ, là nàng khi nàng đẹp nhất!

PHẦN DÀNH CHO NGƯỜI ĐỌC

Những tin nhắn của anh làm em tan chảy:

_____

_____

_____

_____

_____

_____

_____

_____

_____

_____

_____

_____

_____

_____

_____

_____

_____

_____

_____

_____

_____

_____

_____

CÙNG NHAU - HAI TIẾNG THẬT GẦN!

Anh bị nghiện hai chữ này em ạ!

Là ăn *Cùng Nhau.*

Là ngủ *Cùng Nhau.*

Là đi *Cùng Nhau.*

Là ở *Cùng Nhau.*

Là vui *Cùng Nhau.*

Là buồn *Cùng Nhau.*

Là sống *Cùng Nhau.*

Là chết *Cùng Nhau.*

Là thương *Cùng Nhau.*

Là nhớ *Cùng Nhau.*

Anh biết ơn hai chữ *Cùng Nhau* mà anh đã học được từ 30/9 năm nọ - ngày mà anh hôn em nụ hôn đầu tiên, nói lời yêu em đầu tiên! Ngày 30/9 không chỉ là ngày khai sinh tình yêu chúng mình mà còn là ngày khai giảng của hai chữ Cùng Nhau. Chúng mình bắt đầu học hai chữ *Cùng Nhau* ấy!

Có bao cặp vợ chồng hạnh phúc mà không *Cùng Nhau*? Không! Làm gì có ai không *Cùng Nhau* mà hạnh phúc cho được! Và mức độ *Cùng Nhau* đến đâu thì hạnh phúc sẽ đến đó em ạ!

Cùng Nhau là Đi Cùng chứ không phải Đi Theo. Là Để Tâm chứ không phải Để Ý. Là Thương chứ không chỉ có Yêu. Là Gia Đình chứ không chỉ là vợ chồng. Là thêm một đôi mắt, thêm một đôi tay, thêm một bộ não, thêm một bờ vai... Bởi chúng mình là một!

Hôn Nhân không phải là chuyện học từ người này hay người nọ. Hôn Nhân là chuyện học từ chính trái tim mình em ạ! Không có giáo án nào bằng nỗi xót xa ta dành cho nhau, lòng hân hoan thừa hưởng từ nhau, tương lai ta là chính nhau...

Hôm nay, thêm một ngày ta đã Cùng Nhau nữa.

Thêm một lần ta nhắc bản thân mình về ý nghĩa của hai chữ *Cùng Nhau* này!

Phải không em?

PHẦN DÀNH CHO NGƯỜI ĐỌC

Những điều em muốn chúng ta sẽ Cùng Nhau:

128

NHIỀU LOẠI VỢ, NHIỀU LOẠI CHỒNG, NHIỀU LOẠI HÔN NHÂN NHƯNG HẠNH PHÚC THÌ NHƯ NHAU!

Có anh chồng suốt ngày ca tụng vợ nhưng cũng có anh chồng cả năm chẳng nói một lời yêu vợ.

Có cô vợ mắt nhìn chồng lúc nào cũng âu yếm nhưng cũng có những cô vợ chỉ suốt ngày lườm chồng.

Có anh chồng lúc nào cũng vô tâm vợ mặc đồ mới cũng chẳng biết nhưng cũng có những anh chồng luôn càm ràm khi vợ mua sắm.

Có những cô vợ bênh chồng chằm chặp nhưng cũng có những cô vợ dìm chồng điên đảo!

Có ông chồng sợ vợ và có cô vợ sợ chồng!

Lấy chồng kiểu nào hay lấy vợ kiểu nào thì *Hạnh Phúc*?

Không có đáp án đâu!

Đánh giá một cuộc *Hôn Nhân* có *Hạnh Phúc* hay không chẳng thể dùng bất cứ bảng tiêu chí nào được. Bởi *Hạnh Phúc* không có hình ảnh nào để so sánh. *Hạnh Phúc* càng không thể đánh giá. Chỉ là CẢM NHẬN. Mà phải là cảm nhận của người trong cuộc. Nên mới nói: Thấy *Hạnh Phúc* cũng là một *Hạnh Phúc*!

Thấy *Hạnh Phúc*. Vì nó vô hình và nó là cảm xúc nên nó vừa chính xác đến từng ánh nhìn, lại vừa mông lung hơn cả hơi thở. Cùng một sự việc chưa chắc đã có cùng một kết quả.

Thấy *Hạnh Phúc* đã là một *Hạnh Phúc*!

Để thấy được *Hạnh Phúc*, hãy ngưng lại những so sánh, đừng tìm kiếm chuẩn mực kiểu chồng phải thế này hay vợ phải thế kia.

Để thấy được *Hạnh Phúc* luôn cần không chỉ lòng yêu mà còn cần cả lòng thương. Yêu là muốn *Bên Nhau*. Thương là muốn *Cùng Nhau*.

Hãy chia sẻ với nhau về *Hạnh Phúc* mỗi ngày để luôn chỉ thấy *Hạnh Phúc*.

PHẦN DÀNH CHO NGƯỜI ĐỌC

Anh tuyệt vời trong em bởi những điều này:

ĐÁM CƯỚI HỒNG - LY HÔN XANH!

Đám Cưới.

Đám Cưới người ta xem tuổi, chọn ngày.

Đám Cưới người ta nhận được vô vàn những lời chúc bền lâu, mãi mãi.

Đám Cưới người ta có một vạn tám ngàn điều phải làm chỉ để cuộc hôn nhân ấy sẽ là cuộc hôn nhân cuối cùng của đời họ.

Nhưng rồi...!

Bùm!

Đám Cưới thì hồng mà Ly Hôn thì xanh.

Đám Cưới hồng của những mơ mộng, ước muốn!

Ly Hôn xanh của tuổi đời, tuổi hôn nhân!

Vậy tại sao chúng ta vẫn cứ muốn đám cưới khi mà hằng ngày ta đều thấy những bà mẹ single mom hay những đứa con sinh ra trong một gia đình thiếu khuyết?

Vậy tại sao người ta cứ nói với nhau một cách đầy hoài nghi về sự bền vững của hôn nhân nhưng vẫn hồ hởi, háo hức khi nhắc về đám cưới?

Phải chăng đám cưới là thứ "thủ tục bắt buộc" cho một tình yêu đến hồi phải tới, là một lúc nào đó trong cuộc đời người ta phải làm?

Đám Cưới hình như là một canh bạc mà người ta buộc phải đặt cược một phần đời mình vào nó! Mà canh bạc này hình như không có kẻ thắng mà chỉ toàn thấy người thua thì phải! Ai dám nói mình thắng? Cho dù họ đang sở hữu 25-30 năm hoặc lâu hơn nữa tuổi hôn nhân, thì cũng chẳng ai dám chắc họ thắng cuộc cả!

Nhưng.

Nhưng là đang có thứ gì đó không đúng ở đây! Bởi nếu nói thế, cứ không *Đám Cưới* là chẳng bao giờ có *Ly Hôn*. Cứ làm người yêu của nhau đến lúc tình yêu chết là được. Cần gì một *Đám Cưới*?

Cần. Cần chứ!

Nếu cuộc sống này không còn những *Đám Cưới* thì ảnh viện áo cưới thất nghiệp à? Không! Là vẫn cần *Đám Cưới*! Mà đã *Đám Cưới* thì vẫn cứ phải thật Hồng! Chỉ là đừng *Đám Cưới* nếu như tình yêu ấy, khát khao thuộc về nhau ấy chưa đủ để chúng ta quyết một *Đám Cưới*.

Là khi chúng ta cần một Mái Nhà trở về an yên bên nhau thay vì chỉ giống một Mái Hiên trú náu tạm bên đường. *Đám Cưới* là cách để chúng ta bắt đầu một Mái Nhà vậy! Để đời ta đừng chỉ quẩn quanh qua nhiều Mái Hiên. Để đời ta được bữa cơm dưới ánh đèn vàng thay vì bữa tiệc bên những ánh đèn màu. Để biến mọi quán xá đều thành Nhà khi chúng ta tới thay vì biến Nhà thành quán xá lúc ta về.

Đám Cưới. Vẫn cần những đám cưới. Dẫu *Ly Hôn* thì ngày một xanh về tuổi đời, tuổi kết hôn. Cho dù thế nào, *Đám Cưới* vẫn cần để mỗi khi muốn buông tay nhau ra, ta còn có thứ để nghĩ lại: chúng ta đã từng có một *Đám Cưới* như thế!

Mùa Cưới đang về!

Một bài viết nữa cho *Đám Cưới*!

Dành tặng những *Đám Cưới* mà tôi đã không đi được và những *Đám Cưới* sắp diễn ra của nhiều bạn trẻ!

Để đọc trước khi quyết định một *Đám Cưới*!

PHẦN DÀNH CHO NGƯỜI ĐỌC

Những nơi em muốn cùng anh đi tới:

_____
_____
_____
_____
_____
_____
_____
_____
_____
_____
_____
_____
_____
_____
_____
_____
_____
_____
_____
_____
_____
_____

CẮT NGHĨA HẠNH PHÚC
TRONG NGÀY
QUỐC TẾ HẠNH PHÚC

Liên Hiệp Quốc chọn ngày 20/3 là Ngày Quốc tế Hạnh phúc vì đây là ngày đặc biệt trong năm, khi mặt trời nằm ngang đường xích đạo, nên ngày này có độ dài ngày và đêm bằng nhau. Đây cũng là biểu tượng của sự cân bằng giữa âm và dương, giữa ánh sáng và bóng tối, giữa ước mơ và hiện thực... Bởi vậy, Ngày Quốc tế Hạnh phúc cũng truyền tải thông điệp rằng: cân bằng, hài hòa là một trong những chìa khóa để mang đến hạnh phúc.

Cân bằng!

Cân bằng không phải là 50/50. Không phải là nửa này khổ đau nửa kia hạnh phúc. Hạnh phúc chẳng phải là thứ nửa vời như vậy! Ăn một nửa cái bánh không hạnh phúc hơn ăn cả một chiếc bánh. Cân bằng là việc bạn ăn nửa hay cả chiếc bánh bạn đều cảm thấy hạnh phúc. Là không phải ăn nửa cái bánh rồi ấm ức vì không được ăn nửa còn lại. Hạnh phúc là biết ĐỦ!

Hạnh phúc là biết ĐỦ. Như đứng giữa một trời pháo hoa đêm Giao thừa hay ở nơi thăm thẳm tối tăm, bạn vẫn thấy được niềm hạnh phúc của mình. Không phải bằng cách AQ - thắng lợi tinh thần. Mà là bằng lòng yêu mình, tha thiết với cuộc sống mình đang có!

Hôn nhân cũng vậy. Tình yêu cũng vậy. Công việc cũng vậy. Gia đình cũng vậy. Và bản thân ta cũng vậy! Nhìn thấy Hạnh Phúc đã là một Hạnh Phúc! Tôi nghĩ thế! Biết mình Hạnh Phúc cũng là một Hạnh Phúc!

Làm sao ta hạnh phúc cho nổi nếu lúc nào ta cũng chỉ nhìn thấy điều bất ổn đầy rẫy trong cuộc đời này?

Làm sao ta hạnh phúc cho nổi nếu lúc nào ta cũng chỉ nghĩ tới việc mình thua thiệt, mình không có, mình mất mát, mình sứt mẻ?

Làm sao ta hạnh phúc cho nổi nếu lúc nào ta cũng ước muốn thứ mà người khác có rồi cay cú vì thứ họ có?

Làm sao ta hạnh phúc cho nổi nếu lúc nào cũng muốn thay đổi người khác theo ý của mình?

Ngày Quốc Tế Hạnh Phúc là ngày để ta nhìn lại những gì mang đến Hạnh Phúc cho ta thay vì luẩn quẩn cùng những nỗi đau! Hôm nay, bạn thấy điều gì? Bạn có nhìn thấy những Hạnh Phúc bạn đang có không? Có nhìn ra không?

PHẦN DÀNH CHO NGƯỜI ĐỌC

Những khoảnh khắc em thấy thật Hạnh Phúc với anh:

_____

_____

_____

_____

_____

_____

_____

_____

_____

_____

_____

_____

_____

_____

_____

_____

_____

_____

"DIỆN" VỢ RA ĐƯỜNG!

Những người thuộc "Phong trào nữ quyền" hẳn là gay gắt phản đối việc chồng coi vợ là một món đồ trang sức! Vợ là bạn đời, là bạn cùng giường, là blah... blah... những mỹ từ chứ không thể là đồ trang sức! Ầu dzê! Cơ mà là gì mà chồng ra đường không "diện" vợ thì cũng là buồn đi!

"Diện" vợ ra đường!

Những người phụ nữ được chồng "diện" ra đường, đi cùng trong các dịp quan trọng, tự hào và hãnh diện về vợ thì cũng tốt chứ. Đừng "thuyết âm mưu" rằng món trang sức hết mốt sẽ bị ném bỏ, rằng đến lúc món trang sức sẽ bị thay thế... Bởi giá trị của một món đồ trang sức thuộc về quyền quyết định của các bà vợ! Các bà vợ hoàn toàn có thể chán chồng, chê chồng, mất tự tin về chồng (vẫn thường xảy ra). Vậy sao cứ bắt các ông chồng phải trăm phần trăm yêu mình dù mình bụng xệ một bó, quần áo lôi thôi? Phụ nữ thì phải đẹp. Mà đẹp không phải bằng thẩm mỹ (và nếu phải thẩm mỹ hay trang điểm thì cũng tốt chứ sao. Miễn là đừng gây tổn hại sức khoẻ của mình). Giống như đàn ông. Đàn ông mà thất nghiệp ăn bám, mà thối chí thiếu trì, lèm bèm tính toán chi li... thì cũng vứt! Phong trào nữ quyền đòi bình đẳng cho chị em nhưng hay quên việc nhắc chị em cần nỗ lực tự hoàn thiện mình. Nó giống kiểu làm một công việc lương cao nhưng vẫn có nhiều thời gian và đầu óc đi shopping, nhảy múa vậy! Nói chính xác hơn thì là ngồi mát ăn bát vàng và vẫn đòi mọi người phải phục dịch mình vậy!

"Diện" vợ ra đường!

Tôi biết nhiều người sẽ không đồng tình với quan điểm này của tôi và cho rằng tôi gia trưởng khi đòi hỏi vợ mình thành đồ trang sức của mình (và trên FB này tôi vẫn hay khoe vợ). Ừ, mọi người có thể trở thành bất cứ điều gì, có thể có hàng chục, hàng trăm thuyết âm mưu để dằn vặt mình về vai trò thực sự của một người vợ trong mắt một ông chồng. Với vợ chồng tôi thì là vậy. Chúng tôi nỗ lực trở thành đồ trang sức của nhau. Luôn lo lắng nếu mình không làm cho đối phương hãnh diện về mình, tự hào về mình, khoe mình với chúng bạn, tự tin khi đi bên nhau!

Và chúng tôi thành đồ trang sức cho nhau, ít nhất là thế!

PHẦN DÀNH CHO NGƯỜI ĐỌC

Những điều em đang nỗ lực để anh tự hào về em:

HÃY YÊU NHƯ VÕ MỴ NƯƠNG!

Đàn ông dù đặt giang sơn lên trên hết như Lý Thế Dân, hay đặt giang sơn dưới mông như Lý Trị thì đều yêu Võ Mỵ Nương đến tận cùng cái chết! Là bởi cô gái ấy là Võ Mỵ Nương!

Xem Võ Tắc Thiên phiên bản Phạm Băng Băng, thứ khiến tôi ấn tượng là cách họ xây dựng tình yêu. Của một cô gái mới lớn trước một người đàn ông đã trưởng thành: Lý Thế Dân! Của một người phụ nữ đã trưởng thành với một người đàn ông vẫn còn trẻ con: Lý Trị! Của tình yêu chỉ biết yêu thôi, chẳng nghĩ gì với Lý Thế Dân! Của tình yêu phu phụ vợ chồng với Lý Trị! Dường như đàn ông trưởng thành nhờ tình yêu và đàn bà nuôi tình yêu trưởng thành theo năm tháng của họ.

Tình yêu nào đẹp hơn? Không! Cả hai tình yêu ấy đều có những vẻ đẹp của riêng nó. Với Lý Thế Dân đó là lãng mạn, nhiệt huyết. Là yêu bằng tất cả trái tim si tình. Thứ hấp dẫn đàn ông nhất chính là trái tim si tình của một cô gái dành cho họ. Tôi có quá chủ quan không khi nói vậy? Nhưng đàn ông nào mà không yêu một phụ nữ dốc lòng cạn kiệt như thế? Si tình vô điều kiện. Hẳn nhiều cô gái bảo tôi: Em cũng từng dốc lòng như thế nhưng Lý Thế Dân của em chẳng được như Lý Thế Dân trong phim. Tôi không đồng ý. Bởi trong phim, Lý Thế Dân cũng có khác gì nhiều đàn ông ngoài đời đâu. Tận cùng của tình yêu ấy vẫn chỉ là một Tài Nhân. Nhưng nó vẫn đẹp. Vẻ đẹp của một tình yêu dốc lòng. Tất nhiên, nó chỉ hợp với những người như tôi: Yêu là phải dốc lòng!

Tình yêu với Lý Trị thì khác. Vẫn là dốc lòng nhưng tình yêu ấy đã bao gồm cả tình thương và trách nhiệm. Là cam kết đi đến cuối đời, được già đi cùng nhau. Là khi tình yêu đã trưởng thành. Có cả hy sinh. Có nhiều trách nhiệm. Có sự để tâm. Có cả sự quên mình. Không lờ nhờ. Không làng nhàng. Tất cả đều tuyệt đối. Tất cả đều tận cùng. Nghĩa phu phụ há chẳng phải thế sao?

Tôi cũng đang có một Võ Mỵ Nương như thế! Tôi đã tìm thấy một Võ Mỵ Nương như thế cho cuộc đời mình. Thuở mới yêu tôi, nàng cũng từng như Võ Tài Nhân - dốc lòng (dốc cả túi) yêu tôi. Chẳng nghĩ gì nhiều. Chỉ dốc lòng cạn kiệt để yêu tôi. Tới lúc lấy nhau, nàng lại thành Võ Mỵ Nương - Võ Hậu. Nàng vẫn cứ dốc lòng cùng tôi tạo dựng cơ nghiệp. Xét cho cùng yêu nhau nếu chẳng dốc lòng thì tình yêu ấy, hôn nhân ấy sẽ thế nào?

Tôi bảo này, các cô gái ạ, nếu có yêu hãy yêu như Võ Mỵ Nương. Bởi Lý Thế Dân hay Lý Trị xét cho cùng đều được tạo ra bởi tình yêu của Võ Mỵ Nương cả. Nếu không phải là cô ấy thì sẽ không có họ! Chính tình yêu của em mới giúp họ thành Lý Thế Dân - Lý Mục hay Lý Trị!

Em sẽ vô cùng hạnh phúc khi anh:

LÀ ANH KHIẾN EM LÊN GIƯỜNG
VỚI NGƯỜI ĐÀN ÔNG KHÁC!

Có cô gái nhỏ inbox cho tôi với tâm trạng đầy hối hận vì em đã lên giường với một người đàn ông không phải chồng mình. Em dằn vặt. Em cảm thấy em thật tồi tệ. Bởi em nào có yêu người đàn ông nọ đâu. Chỉ là trong một ngày nọ, giữa đôi lần chớp tắt của hôn nhân, em đã bị cuốn đi mà không hay. Nhưng cũng đồng thời, em tái bút cho tôi rằng: Đó là một trải nghiệm đầy màu sắc mà cả đời này em không bao giờ quên anh ạ! Không bao giờ em quên. Nên nói thế nào nhỉ, rằng em phải biết ơn người đàn ông ấy, người đã cho em một trải nghiệm lạ lùng như thế. Dù chẳng hề yêu anh ta.

Mâu thuẫn. Có một sự mâu thuẫn đến kỳ cùng khi mà vừa cảm thấy có lỗi lại vừa cảm thấy một điều gì đó rất mới mẻ. Cô gái nhỏ của anh ạ, em đã sai hay em đang làm đúng? Không! Chẳng có đúng sai trong câu chuyện này. Bởi cái ngỡ là sai (lên giường với một người đàn ông mình không yêu khi mình đang có chồng) thì lại cho ta một trải nghiệm cả đời không quên. Trong khi cái ta ngỡ là đúng (làm cuộc đời trở nên thú vị bằng những trải nghiệm) thì lại sai lẽ khi nó vi phạm chuẩn mực đạo đức của hôn nhân.

Tôi không phải nhà đạo đức học (dạo này nhan nhản trên Facebook).

Tôi chỉ là người anh xa lắc của các cô gái nhỏ. Thậm chí có khi cả cuộc đời chúng ta cũng sẽ chẳng gặp mặt nhau ngoài đời. Thế nên tôi chỉ có thể chia sẻ với em về một điều khác, nằm ngoài phạm trù đúng - sai. Là NGUYÊN DO từ đâu?

Trái tim của phụ nữ vốn rất nhỏ. Nó chỉ chứa được DUY NHẤT MỘT NGƯỜI ĐÀN ÔNG. Nhưng là TRỌN VẸN NGƯỜI ĐÀN ÔNG đó. Từ thân xác, ánh mắt, tâm hồn, hơi thở, suy nghĩ, ký ức, tương lai… Tôi chắc chắn điều đó! Hầu hết các cô gái đều như thế. Hầu hết các cô gái khi đã yêu một người đàn ông đều như thế. Không bao giờ có chỗ cho bất cứ người đàn ông nào khác. Chắc chắn!

Và họ sẽ không bao giờ ngoại tình với bất cứ người đàn ông nào. Họ sẽ không lên giường với bất cứ ai. Dẫu đó là thần tượng mỹ miều của họ hay những mỹ nam lung linh ngoài kia. Không! Không bao giờ! Phụ nữ là vậy!

Nhưng.

Nhưng trái tim phụ nữ thì cũng thắm sâu khôn cùng. Tổn thương nào cũng để lại nhiều di chứng. Khi người đàn ông mà họ dốc cạn kiệt tim mình để yêu không đáp lại đúng như họ mong muốn thì trái tim kia sẽ trống rỗng nhường nào. Những sứt mẻ mà nếu để xảy ra sẽ khiến trái tim ấy không còn nguyên vẹn nữa. Như cô gái nhỏ đã inbox cho tôi. Rằng chồng em vẫn thường đi cà phê với nhiều cô em kết nghĩa. Đã đôi lần cô em kết nghĩa tâm sự thâu đêm với chồng em. Thậm chí họ còn nói với nhau về sex, gửi cho nhau ảnh nóng. Mặc dù chồng em vẫn nói là không có gì nhưng làm sao em còn tin?

Như nhiều cô gái nhỏ khác cũng inbox cho tôi về thói vô tâm của chồng, ga lăng với phụ nữ bên ngoài và vô tâm với vợ mình ở nhà. Như nhiều cô gái nhỏ khác tận mắt nhìn thấy tin nhắn mùi mẫn của bạn trai dành cho cô em kết nghĩa hay cô bạn thân.

Bi kịch bắt đầu từ đó!

Trái tim sứt mẻ nọ trở nên mong manh đến vô cùng.

Đôi khi chỉ cần một cái vỗ vai nhẹ của cậu đồng nghiệp cũng khiến cô gái nhỏ ngã xuống.

Đôi khi chỉ vài lời hỏi han cũng đủ khiến lòng cô không còn đứng vững.

Dù cô gái nhỏ có béo đến thế nào hay xấu xí, bụng sề sau hai lần sinh nở thì luôn có ít nhất một người đàn ông muốn lên giường với họ. Đàn ông vốn là loài dễ dãi. Bởi bản năng của họ là gieo giống. Thế nên chỉ cần một chớp tắt nhỏ thôi, họ sẽ tấn công. Họ sẽ muốn lên giường và làm tình với cô gái nhỏ. Mà trái tim sứt mẻ kia nào đủ tỉnh táo để hiểu đâu là sự quan tâm chân thành, đâu là sự quan tâm để mưu cầu lợi ích. Nhất là khi trái tim ấy đang tả tơi và bị ruồng rẫy thì việc bị sa ngã hẳn là nhanh như một cái chớp mắt.

Tôi không dọa các ông chồng đâu!

Tôi cũng không bao biện cho những người phụ nữ sa ngã đâu.

Chỉ là tôi muốn nhắc cánh đàn ông rằng nếu anh yêu người phụ nữ của mình thì hãy giữ cô ấy cho chặt. Giữ cô ấy bằng cách giữ chính bản thân mình. Đừng để khuyết hao bất cứ một tí gì cái ANH trong lòng họ. Trân trọng. Nâng niu. Gìn giữ. Nếu còn yêu!

Và các cô gái ạ!

Hãy gửi bạn trai mình, chồng mình bài viết này đi!

Hãy cho anh ta biết trân quý em nếu còn yêu em.

Với một lời nhắc: Em sẽ giữ trái tim mình cho đến khi anh buông tay!

PHẦN DÀNH CHO NGƯỜI ĐỌC

Những thói quen xấu ở anh mà em mong muốn anh sẽ từ bỏ:

_____

_____

_____

_____

_____

_____

_____

_____

_____

_____

_____

_____

_____

_____

_____

_____

_____

_____

_____

_____

_____

_____

NƯỚC MẮT MẶN
MÀ THẬT NGỌT SAU ĐÓ!

(Nhân chứng kiến một cặp vợ chồng cãi nhau trong quán cà phê)

Họ bắt đầu cuộc cãi vã đó từ bao giờ tôi không biết vì khi tôi bước vào quán đã thấy họ thì thầm cãi nhau rồi! Là thì thầm cãi nhau thôi. Dù có đôi đoạn người chồng mất kiểm soát nói lớn lên. Tôi cũng chẳng cố gắng để nghe nội dung cuộc cãi vã. Bởi cuộc sống vợ chồng thì có hàng trăm lý do để hai con người ấy cãi nhau. Như tiền bạc, như con cái, như mối quan hệ mẹ chồng nàng dâu hay cách cư xử của hai người... Nhưng lý do

153

gì thì việc họ chịu ngồi cãi nhau cũng đã là một tín hiệu tốt cho hôn nhân. Chứ không phải một trong hai chịu đựng hoặc lẳng lặng mà khép lại cuộc hôn nhân. Thà cãi nhau còn hơn đánh nhau tưng bừng hay im lặng mà huỷ hoại chính cuộc đời của nhau, cuộc đời của hôn nhân.

Điều tôi ấn tượng ở hai vợ chồng này là người vợ nỗ lực bắt người chồng phải xưng anh em hoặc vợ chồng. Thậm chí khi chồng nói: "Hai đứa"... Vợ bắt bẻ ngay: "Ai là đứa?" Và mặc dù cô vợ nói liên hồi, nhảy cả vào miệng chồng khiến ông chồng tức điên và đôi khi mất bình tĩnh phải lớn tiếng yêu cầu vợ nghe mình nói.

Và nước mắt. Tôi đã thấy nước mắt của người vợ. Những giọt nước mắt ấy như cơn mưa làm cơn nóng giận của người chồng bị dập lửa. Là bởi người chồng ấy hẳn phải vô cùng yêu vợ mình. Thì nước mắt kia mới hiệu nghiệm nhường vậy!

Vợ chồng cãi nhau. Nó là chuyện gần như cặp vợ chồng nào cũng trải qua dăm bận trong suốt cuộc hôn nhân của mình. Tôi biết có vài phụ nữ sợ những cuộc cãi vã như thế! Tôi cũng biết hầu hết các ông chồng đều ớn những vụ cãi vã như thế! Nhưng hôn nhân mà, nó là cuộc nỗ lực mài giũa bản thân để vừa khít với nhau! Có đôi lúc, nó sẽ làm ta đau.

Nhưng đau để trưởng thành. Để hôn nhân ấy được trưởng thành!

Đôi vợ chồng nọ đã dừng cãi nhau. Giờ họ đang giãi bày tâm sự. Cái nóng đã nguội rồi! Tôi biết, chỉ chốc nữa thôi, họ sẽ rời quán cà phê bằng trái tim được gột rửa. Bằng những khúc mắc được gọt giũa lại. Bằng lòng tin vào cuộc hôn nhân này sẽ lại thêm một phần cứng cáp hơn nữa! (Là tôi mong rằng vậy! Mong rằng họ tháo gỡ được chuyện này.)

Và tôi thì thật muốn có thể mọc cánh để bay về bên vợ mình lúc này. Chỉ để nói với nàng rằng tôi lại thấy yêu nàng nhiều hơn hôm qua. Chỉ để nói với nàng rằng hãy cùng tôi tận hưởng hạnh phúc của cuộc hôn nhân này!

PHẦN DÀNH CHO NGƯỜI ĐỌC

Những điều chúng ta nên tránh mỗi khi cãi nhau

mà em muốn anh nhớ!

CÓ KHÔNG GIỮ - MẤT ĐỪNG KÊU!

Nàng đẹp! Hiển nhiên! Trước tôi, nàng đã có ối người theo đuổi, cưa cẩm. Tôi vượt qua chỉ bằng một câu tán: Thiên Bình và Sư Tử là một cặp trời sinh. Nàng chết đứ đự! Ối gã Thiên Bình sẽ học câu này để tán các cô nàng Sư Tử! Nhưng mà tôi đã cưa đổ nàng rồi nên mọi gã Thiên Bình khác chẳng thể dùng câu đó để tán nàng được đâu! Bởi lấy tôi rồi nàng sẽ phát ớn lũ Thiên Bình, ha ha!

Nàng đẹp! Hiển nhiên! Sau khi đã nhận lời yêu tôi và cả bây giờ nữa, vẫn có ối kẻ lăm le cưa cẩm vợ tôi, tán vợ tôi! Có kẻ đã có vợ con đề huề rồi vẫn lén vợ hắn mà buông lời tán tỉnh vợ tôi! Có kẻ ngày xưa đeo đuổi vợ mình mãi không được giờ vẫn ôm mối tương tư mà tán tỉnh (chẹp, lén vợ gã mà tán). Tôi biết hết! Có đận tôi đã định gọi điện nói chuyện phải quấy. Nhưng lại thôi! Là tôi không sợ ư? Không! Tôi sợ chứ! Trái tim phụ nữ vốn mong manh mà hôn nhân nào chẳng nhiều hôm chớp tắt! Người ta hay sa ngã lúc yếu mềm ấy lắm! Có vợ đẹp mà lại giỏi giang thì phải giữ là đúng rồi! Không chỉ giữ mà còn phải... dữ! (Tôi dữ thế nào chỉ có vợ tôi là hiểu nhất, he he)!

Nàng đẹp! Hiển nhiên! Tôi thú thật là mình có quá nhiều kinh nghiệm đau thương về việc bị hớt tay trên rồi! Trái tim phụ nữ vốn mong manh mà! Nhưng mong manh ấy hoá ra chẳng phải bởi họ. Mà mong manh ấy bởi người đàn ông của họ! Người đàn ông ấy đối xử với người phụ nữ ấy thế nào mới quan trọng! Nó sẽ cứng hơn kim cương nếu người đàn ông yêu nàng bằng thứ tình yêu kim cương. Nó sẽ mềm như gió, dễ vỡ như thuỷ tinh nếu tình yêu kia chỉ là thứ đầu môi chót lưỡi! Nó sẽ vỡ vụn ra trước những tổn thương nhưng nó sẽ liền lại ngay nếu tổn thương ấy được hoá giải bằng tình yêu và sự nỗ lực của người đàn ông! Ừ, dễ tha thứ mà khó quên! Bao dung đấy mà không dễ vẹn tròn lại đâu! Nhưng hôn nhân nào đâu phải chuyện ngày một ngày hai. Nó là chuyện cả đời. Nó là chuyện chúng ta phải làm hằng ngày, phải nỗ lực suốt đời!

Nàng đẹp! Hiển nhiên! Tôi vẫn đùa: Nếu ai khen nàng tóc đẹp, nàng sẽ chết đứ đừ! Bởi đàn ông ấy, một khi đã biết khen phụ nữ tóc đẹp khi mái tóc ấy là niềm tự hào của nàng thì nàng sẽ sướng run người. Nhưng hãy đi khen người phụ nữ khác đi. Bởi sáng nay tôi vừa tán nàng bằng câu đó rồi! Gã đàn ông nào khen tóc nàng đẹp, nàng sẽ đáp: "Anh khen muộn rồi! Chồng em đã khen lâu rồi!" Là vậy! Chẳng bà vợ nào rung rinh được nếu chồng cô ấy biết giá trị của vợ mình, biết tán vợ mình, cho vợ mình nghe tán đến nhàm tai! Chỉ tiếc rằng, đàn ông là cái lũ vô tâm. Vô tâm cả với việc vợ mình luôn là mồi ngon trong mắt lũ đàn ông xung quanh nàng!

Vậy đi! Viết tặng bài này cho các bà vợ share về. Đặng để nhắc ông nhà. Bằng các ông cứ sĩ hão, cứ vô tâm, cứ quẳng vợ vào xó bếp thì đừng trách!

PHẦN DÀNH CHO NGƯỜI ĐỌC

Em thích được anh khen về những điều sau:

_____

_____

_____

_____

_____

_____

_____

_____

_____

_____

_____

_____

_____

_____

_____

_____

_____

_____

_____

_____

CÁI ÁO ẤY KHÔNG CÒN VỪA NỮA!

Khi cô giáo Hoài An (Hồ Ngọc Hà) thử chiếc áo mà người yêu cô - tiến sỹ Quyền (Trần Lực) tặng thuở trước thì cô nhận ra chiếc áo đã chật! Như tình yêu xưa đã chẳng vừa nổi nữa với cơ thể nay! Cuộc đời cũng vậy! Nhiều khi ta cứ tiếc nuối một chiếc áo đẹp khi cơ thể ta đã lớn hơn chiếc áo! Bi kịch ấy không thiếu trong cuộc đời này! Khi viết *Chiến dịch trái tim bên phải*, tôi dùng hình ảnh ấy cho tình yêu. Là bởi năm ấy tôi mới 23, 24 tuổi! Tuổi ấy, người ta có nghĩ gì xa hơn tình yêu đâu?

Và rồi, hơn mười năm sau, tôi thấy không chỉ tình yêu, mà còn là nhiều thứ khác nữa trong cuộc đời này, như hôn nhân, công việc, những mối quan hệ... cũng vậy! Chúng ta cứ trưởng thành hơn là chúng ta buộc phải mất mát, hy sinh những chiếc áo đẹp! Đó là khi Quá Khứ đã nằm lại sau lưng! Những thứ tốt đẹp đôi khi chẳng kéo dài mãi là vậy!

Như khi hai vợ chồng nói với nhau về những đổ vỡ ngoài kia! Khi người vợ (hoặc cả những người chồng) không lớn kịp bạn đời của mình! Là không cùng tầng bay nữa! Là không cùng ước muốn! Đồng sàng mà dị mộng! Hẳn là rất nhiều tiếng thở dài! Hẳn là rất nhiều những vụn vỡ! Việc giữ lại tình yêu thật khó khăn trong mỗi cuộc hôn nhân ở đời! Vợ tôi bảo: Phụ nữ mới chính là người hay ngủ quên trên chiến thắng! Lấy được chồng rồi và thôi buông những chân trời của mình! Tôi muốn cãi mà cũng chẳng cãi được! Bởi quả thực, những người chồng như tôi đều mong muốn một người vợ thú vị chứ không muốn một cô vợ nhạt màu!

Chiếc áo đẹp! Hẳn là một chiếc áo rất đẹp! Nó được làm bằng những sợi ký ức lung linh, những chiếc khuy lấp lánh của kỷ niệm. Từng sợi chỉ rút ra từ tuổi trẻ, trái tim hồn nhiên và cả những khao khát, ước mơ. Nhưng một khi nó đã chẳng vừa với cơ thể đã lớn hơn rồi thì sao ta còn luyến nhớ? Chẳng mặc vừa nữa sao còn cố thít chặt mình để mặc? Là bởi nó đẹp! Mà chịu đau! Cho đến khi nó rách tung ra, bục vỡ. Mà thảng thốt. Mà đau hơn!

PHẦN DÀNH CHO NGƯỜI ĐỌC

Chúng ta hãy cùng hoàn thiện để lớn cùng nhau anh nhé!

_____

_____

_____

_____

_____

_____

_____

_____

_____

_____

_____

_____

_____

_____

_____

_____

_____

_____

_____

_____

_____

YÊU ĐẾN TAN CẢ NHAU RA!

Ai cứ giữ cái Tôi của mình, cái chính kiến của mình, cái lương của mình, cái sĩ của mình, cái đam mê của mình, cái mong muốn của mình, cái đúng của mình...
Vợ chồng tôi thì Không!

Không! Bên ngoài kia với những người ngoài kia, có thể không thể! Họ yêu nhau, cưới nhau, sinh con đẻ cái nhưng vẫn giữ lương giữ tiền riêng rồi hằng tháng góp lại ngần này, ngần này! Hay phân công nhau trả món nọ, món kia! Vợ chồng tôi thì không! Tài chính chung! Nhiều thì tiêu nhiều, ít thì... giục nhau đi kiếm thêm!

Cái Tôi của vợ hay cái Tôi của chồng có người coi đó là thứ bất khả xâm phạm! Họ giữ nó như

164

giữ tự ái! Họ bảo vệ nó bất kể thế nào! Nhiều cuộc hôn nhân tan vỡ cũng bởi chẳng ai dẹp bỏ cái Tôi của mình là vậy! Vợ chồng tôi thì không! Chúng tôi có một cái Tôi chung! Bảo vệ cái Tôi chung đó với người ngoài! Thế nên, dù vợ sai lè ra hay dù chồng cư xử rất tệ thì đầu tiên và trước nhất, chúng tôi vẫn cứ đứng về phía nhau đã, bảo vệ nhau đã! Rồi lúc mọi thứ qua rồi, yên ả rồi mới thủ thỉ góp ý với nhau! Bảo vệ nhau trước thiên hạ vẫn dễ hơn là phân định đúng sai trong xã hội nhiều điều điên loạn này!

Bênh vực nhau cả khi chính mình bị tổn thương! Khi giận nhau, như hàng triệu cặp vợ chồng khác, chúng tôi vẫn làm nhau tổn thương đấy chứ. Dù vô tình hay cố ý! Nhưng những lúc sau đó, biết không, vợ tôi luôn bảo vệ tôi trước những đòi hỏi, phán xét của chính nàng! Và tôi cũng thế! Sẽ biết mắng bản thân mình vì đã làm tổn thương đối phương! Bởi là gì nếu như ta nói yêu họ mà ta không xin lỗi họ khi ta đã làm họ phải rơi nước mắt?

Yêu đến tan lẫn vào nhau, đánh mất cả bản thân mình là bởi họ xứng đáng được yêu như thế! Là họ xứng đáng để mình bỏ qua cả bản thân mình! Nhưng nếu đã lấy nhau rồi, sao còn phân vân việc họ có xứng đáng hay không? Tôi biết nhiều người đám cưới vừa tàn tiệc đã nghĩ đến việc hòm tiền mừng cưới chia thế nào. Sao phải toan tính với người đầu ấp tay gối với mình thế?

Là xứng đáng hay không xứng đáng, không phải là họ sống thế nào mà là ta muốn nghĩ thế nào. Nếu không thì đừng cưới nhau!

Vợ chồng tan vào nhau để thành một mái ấm chứ không phải một cuộc sống chung! Là tiếp sức cho nhau, trở thành nguồn năng lượng của nhau chứ không phải là người này phải làm hay người kia có trách nhiệm phải vậy! Là cùng nhau xập đắp một tương lai chứ không phải phân công nhau, giao việc cho nhau!

Ai đó bảo: Là anh may mắn thôi!

Ai đó bảo: Là vợ tôi may mắn thôi!

Tôi thừa nhận không phải vì chúng tôi may mắn khi đã gặp được nhau sau quá nhiều đổ vỡ!

Tôi thừa nhận may mắn về việc chúng tôi đã có rất nhiều suôn sẻ khi đến với nhau! May mắn vì có bà nội, bà ngoại và ba con yêu tinh tận sức, tận lòng giúp hai vợ chồng yêu nhau được gắn kết, thổi bùng những yêu thương! Còn tất cả những thứ còn lại là từ hai trái tim tha thiết với nhau này!

Là vợ tôi đã yêu tôi nhiều hơn chính bản thân nàng!

Là tôi cố gắng hết sức để được như nàng đã yêu tôi!

Là thấy được ở nhau cả những điều đối phương không nói!

Là biết xót nhau cả khi đang ngồi ở hai nơi xa cách!

Là biết mình sẽ sống với nhau đến cuối đời chứ không phải chỉ hôm qua hay hôm nay!

Là biết việc làm này là đúng nếu như nó giúp cho cuộc hôn nhân này được tốt hơn, chứ không phải là đúng theo ý mình!

Là luôn sợ làm nhau buồn hơn là sợ sẽ mất nhau!

Và trên hết, mỗi ngày, cả hai đều thức giấc với cùng một ý nghĩ làm cho mái ấm này hạnh phúc hơn nữa! Mỗi ngày! Là mỗi ngày!

Nếu anh biết em cần anh, nhớ anh, yêu anh nhiều đến thế nào thì anh có vì thế mà cùng em vun đắp cho cuộc hôn nhân này không?

10 điều em muốn anh biết:

_____

_____

_____

_____

_____

_____

_____

_____

_____

_____

_____

_____

_____

_____

_____

_____

_____

ĐỂ CÓ MỘT QUÁN NGỦ NGON CHO MÌNH...

Nếu bạn đang muốn set up một Quán Ngủ Ngon cho đời mình thì đây là bài viết của bạn!

Quán Ngủ Ngon. Tôi gọi nó là Quán Ngủ Ngon cho những nơi cuối ngày bạn trở về và nơi đầu ngày bạn tiếp lửa để ra ngoài kia chiến đấu! Nó có thể là NHÀ. Nó cũng có thể là NƠI CHỐN. Nó có thể là MỘT KHÔNG GIAN. Và nó cũng có thể chỉ là một TÂM TƯỞNG.

Bức tường của Quán Ngủ Ngon. Hẳn rồi! Hẳn là sẽ có những bức tường để bảo vệ chính bạn và những người thân. Tôi gọi nó là Bức Tường của sự TRÂN TRỌNG. Phải! Là trân trọng bản thân, trân

169

trọng những mối quan hệ thì mới bảo vệ được nó! Yêu thương một ai đó không chỉ là đem hạnh phúc đến cho họ mà còn là bảo vệ họ!

Trên những bức tường bảo vệ đó treo những lát cắt ký ức. Là những ký ức đẹp. Gìn giữ ký ức đẹp để cho mình mạnh mẽ hơn mỗi khi ngoái lại! Đừng giữ ký ức đau thương. Hãy nhớ về những điều hạnh phúc! Và treo nó trên những bức tường!

Nhưng sẽ không có quá nhiều bức tường đâu! Tôi biết nhiều người tôn thờ sự riêng tư. Nhưng là vợ chồng, quá nhiều riêng tư sẽ thành xa lạ! Gia đình cũng vậy! Hãy nối nhau bằng những cây cầu. Hãy tặng nhau những cánh cửa. Để có thể vào sâu trong nhau. Để có thể giúp đối phương hiểu được lòng mình! Cánh cửa! Hãy mở vài cánh cửa!

Quán Ngủ Ngon nên có thật nhiều ánh sáng. Của thế giới ngoài kia mà ta mang về sẻ chia cùng nhau. Hiểu biết của người này cũng tạo ra ánh sáng cho người kia. Cần lắng nghe. Cần sẻ chia. Cần tương tác. Cần tận tuỵ mang về nhiều hơn nữa ánh sáng! Và sưởi ấm cả cho nhau nếu ngoài kia rét buốt!

Sẽ có cả thứ không khí sạch. Của lòng tin và sự minh bạch. Mọi dối trá sẽ giết chết các mối quan hệ. Thậm chí giết chết chính mình! Là không khí của Hạnh Phúc. Ai đó hỏi: Làm sao để người ta hạnh phúc khi bên mình? Mang hạnh phúc đến cho người khác bằng việc hiểu họ hơn nữa, hiểu họ cả đời. Muốn hiểu họ thì phải yêu họ, phải để tâm chứ đừng chỉ để ý! Bằng lắng nghe. Bằng sẻ chia. Bằng trò chuyện. Bằng tin tưởng. Bằng gửi trao. Bằng tha thiết. Đừng mang thứ mà mình nghĩ là tốt của mình cho họ. Mà hãy mang thứ họ muốn, họ mong từ mình! Sống vì người khác sẽ luôn bị thiệt thòi đấy. Nhưng nếu ta chỉ nghĩ đến thiệt thòi cho ta thì ai sẽ sống vì ta? Tôi nghĩ, cuộc đời này vốn đã có quá nhiều ích kỷ, đua tranh, giành giật và áp đặt nhau rồi. Hãy dành điều tốt đẹp nhất đến người ta thương yêu. Cho dẫu có thể họ chưa chắc nhớ đến hay biết ơn ta thì cũng có làm sao. Chúng ta vẫn hay quên biết ơn cha mẹ đấy thôi! Chúng ta vẫn đôi khi vô ơn với chính quá khứ của chúng ta đấy thôi! Thế nên, hạnh phúc đôi khi chỉ là việc ta có ai đó thực sự để dốc lòng! Buồn nhất là những ai cô đơn ngay với chồng, vợ, gia đình của mình!

Quán Ngủ Ngon set up thì cần nhiều lý thuyết nhưng để duy trì thì phải có thực hành. Phải có trái tim đặt vào nó. Trái Tim của Quán Ngủ Ngon chính là những con người trong đó!

Phải, con người - trái tim của một Quán Ngủ Ngon!

PHẦN DÀNH CHO NGƯỜI ĐỌC

Những ước ao của em mà anh nên nhớ lấy:

CÓ CUỘC HÔN NHÂN NÀO MÀ KHÔNG CÓ NƯỚC MẮT ĐÂU EM?

Mặt sau của những Hạnh Phúc mà chúng ta thấy được thường là rất nhiều nước mắt đã rơi xuống! Chỉ khác là nước mắt ấy làm cho cuộc Hôn Nhân tốt lên hay xấu đi mà thôi! Chứ làm gì có Hạnh Phúc nào mua được chỉ với nụ cười.

Như thời tiết. Có lúc nắng. Có khi mưa. Nắng để ấm. Mưa để tưới mát. Nắng có khi to. Thành cãi vã. Mưa có khi như trút. Mà xót xa. Hôn Nhân thật chẳng khác thời tiết. Gặp lúc mưa thuận gió hoà, mắt nhìn nhau ánh lên hạnh phúc.

Khi trái gió trở giời kẻ đau người nản. Hôn nhân chẳng có hàn thử biểu hay dự báo thời tim nào hết. Có chăng chỉ là lòng nhạy cảm dành cho nhau mà biết, mà hiểu!

Vậy nên, Hôn Nhân có đôi khi vậy mà chẳng phải vậy! Phụ nữ là giống loài hay bị khổ trong hôn nhân nhất. Nhưng đàn ông cũng chẳng ngoại lệ hay được miễn trừ gì cả đâu. Chỉ có loài vô tâm mới không bị hôn nhân làm khổ! Loài vô tâm ấy về bản chất đã chẳng coi hôn nhân là gì rồi! Có nhiều cặp vợ chồng học cách loài vô tâm để ứng đối với cuộc hôn nhân của mình. Nói văn vẻ: Vợ chồng kiểu bạn bè! Thân ai nấy lo, túi ai nấy giữ! Nhưng hôn nhân vậy thì khác nào vật vô tri? Đành rằng không ai chịu thay đổi mình để cho hôn nhân một CUỘC ĐỜI, một SỐ PHẬN. Nhưng giữ (sống) trong cuộc hôn nhân ấy chỉ tổ làm phong trào ngoại tình được thể tăng cao thôi!

Tôi chẳng phải cao thủ trong hôn nhân mặc dù luôn khoái các talkshow về hôn nhân, luôn hào hứng mỗi khi làm khách mời về chuyện hôn nhân. Là bởi tôi luôn tò mò về chuyện hôn nhân. Là hiếu kỳ. Không phải để biến cuộc hôn nhân của mình trở thành mẫu mực. Mà chỉ là như đứa trẻ nhỏ ham muốn hiểu biết. Phải, trong hôn nhân, ai cũng chỉ là đứa trẻ nhỏ. Cho dẫu cuộc hôn nhân ấy mười năm tuổi hay năm mươi năm tuổi. Chừng nào ta nghĩ ta hiểu hết về cơ chế của một cuộc hôn nhân thì cũng là lúc ta ngã ngửa với những điều bất thường khác bất ngờ xảy ra! Như sự trân trọng nhau trong quan hệ vợ chồng hay lòng tin hoặc trăm thứ lý thuyết khác. Xét cho cùng lý thuyết là vậy mà thực tế lại cóc phải vậy!

Cuộc hôn nhân nào cũng có nước mắt! Nhưng thà có nước mắt tuôn rơi còn hơn nước mắt chảy ngược vào trong! Nhiều người nuốt nhiều nước mắt quá mà thành cay nghiệt với hôn nhân là vậy! Đặc biệt là các mẹ! Nước mắt vì đau đã mặn, nước mắt vì tự làm đau còn mặn hơn nữa! Mà phụ nữ thì nhiều người rất có năng khiếu tự làm đau mình! Như một thứ khoái cảm! Thật! Chồng vô tâm một nhưng phụ nữ có thể biến cái một ấy thành mười, thành trăm. Một cuộc trò chuyện giữa phụ nữ với nhau thôi cũng thành nỗi tủi thân khi tàn cuộc! Chồng người ta! Chồng mình thì... Rồi đau. Rồi tủi thân. Về hục hoặc với chồng còn đỡ. Vài người về giữ rịt trong lòng, thành tổn thương sâu.

Hôn nhân nào cũng có nước mắt. Nhưng chẳng vì thế mà buồn đâu! Nó chỉ buồn nếu như người sống trong cuộc hôn nhân ấy mất đi niềm tin về hôn nhân. Nó sẽ giống việc ngón tay đau chạm vào đâu cũng đau vậy! Mất niềm tin vào hôn nhân là cách hủy hoại hôn nhân nhanh nhất!

Bởi cuộc đời này ngắn ngủi nhường kia! Chúng ta đi qua một cuộc đời với mong mỏi gì nếu không phải là có một ai đó để dựa cậy lúc hắt hiu? Tiền bạc - Công việc - Địa vị - Sắc đẹp... Hay trăm thứ bà dằn khác nữa! Nếu sinh ra trong cuộc đời để chinh phục hay vươn tới những điều đó thì hãy đi thi Cuộc Đời Got Talent! Bằng để SỐNG thì hãy TẬN HƯỞNG! Vậy thôi! Hôn nhân ấy chính là TẬN HƯỞNG! Tận Hưởng một người đàn ông mà ta gọi là Chồng. Tận hưởng một người phụ nữ mà ta gọi là Vợ! Rồi chồng, rồi vợ ấy thưởng thức ta. Khiến ta trở nên giá trị. Ít nhất là với người đó! Để cuộc đời ta trở nên ý nghĩa hơn. Có con thì tuyệt. Mà không có con thì cũng là một cuộc đời thú vị khi làm gì cũng có một ai đó ở bên! Ta sinh ra vốn đã cô đơn. Người ta chỉ hết cô đơn khi được sống với người mà họ yêu và yêu họ!

Hôn nhân nào cũng có nước mắt.

Ừ, nếu phải khóc, hãy cứ khóc đi!

Và đừng mất lòng tin vào hôn nhân nhé!

PHẦN DÀNH CHO NGƯỜI ĐỌC

Những điều đã từng khiến em rơi nước mắt. Em mong anh sẽ hiểu và giúp em không phải rơi nước mắt thêm lần nào nữa!

VÌ YÊU, TẶNG NHAU MỘT CHỮ "QUÊN"!

Hạnh phúc không phải là nhớ tất cả về nhau mà là quên một cách có chọn lọc!

Nên mới có câu: Hạnh Phúc là có một sức khoẻ tốt và một trí nhớ kém là vậy!

Là để chỉ nhớ về những gì đã tạo nên hạnh phúc, những hạnh phúc mình có được từ nhau. Chứ không phải những điều chưa trọn vẹn!

Như một lơ đễnh hôm nào người làm ta buồn bã!

Như một vài lời hứa nói lúc đang vui mà người quên!

Như một vài lời lỡ miệng khiến ta đau!

Như vài bận lạc đường người khiến ta côi cút!

Có trái tim nào tròn vành vạnh không?

178

Có lối đi nào mà bằng phẳng không?

Ta quên chúng để rộng chỗ cho ký ức những điều ngọt ngào và đẹp đẽ hơn!

Ta còn cần phải quên đi cả những ước ao không có thật!

Như muốn người đó phải được như người nọ, người kia!

Như mơ về mặt trời giữa đêm trăng tròn!

Như được bay khi mà người ấy không có đôi cánh!

Quên những ước mơ viển vông!

Chứ không phải quên những mong ước tương lai cùng nhau!

Ta nói, nhiều người không thể hạnh phúc chỉ bởi nhớ quá nhiều, so sánh quá nhiều, ước mơ quá nhiều!

Rồi giữ rịt lấy những điều ấy mà trì hoãn hạnh phúc của chính mình!

Là bởi bạn yêu họ kia mà.

Một khi bạn còn rất yêu họ, thì sao lại nhớ những điều để đẩy họ ra xa?

Muốn đi nhanh, hãy đi một mình! Nhưng muốn đi xa, hãy đi cùng nhau!

Vậy thôi!

PHẦN DÀNH CHO NGƯỜI ĐỌC

Hãy giúp em quên đi những tổn thương này:

SỢ VỢ LÀ CẢ MỘT NGHỆ THUẬT!

Người chồng sợ vợ là một nghệ sĩ!

1. Vợ mình, đến hàng xóm cách vài trăm mét còn sợ huống chi mình ở sát sạt bên cạnh!

2. Mình sợ vợ mình chứ có sợ vợ thằng nào khác đâu mà phải ý kiến ý cò.

3. Kính vợ là đắc thọ!

Từ (1), (2) và (3) suy ra: Sợ Vợ là chuyện rất bình thường như cân đường hộp sữa! Kẻ sợ vợ mới là trang tuấn kiệt! Kẻ không sợ vợ là kẻ bất bình thường như loa phường sáng sớm!

Sợ Vợ cũng chia làm nhiều chi phái! Kẻ sợ vợ có nhiều loại!

Có kẻ sợ vợ vì vợ gã dữ như cọp!

Có kẻ sợ vợ vì vợ giữ hết hầu bao rồi!

Có kẻ sợ vợ vì được vợ giáo dục từ khi mới yêu nhau!

Nhưng kẻ sợ vợ tầm cỡ và xứng đáng được coi là nghệ sĩ lớn trong bộ môn nghệ thuật sợ vợ là kẻ luôn được phụ nữ trân trọng nhất!

Là những kẻ biết rõ hơn ai hết giá trị lớn lao của vợ trong công cuộc hôn nhân!

Họ sợ vợ không phải vì bản thân người vợ mà là sợ sự mong manh của cảm xúc con người, đặc biệt là với trái tim phụ nữ! Họ sợ trái tim ấy có những lúc mềm yếu, giữa đôi lần chớp tắt của cuộc hôn nhân, trái tim ấy lầm lạc và sai đường! Thằng hàng xóm thổ tả nào đó buông lưới thả câu lúc vợ chồng chớp tắt!

Họ sợ sự hữu hạn của cuộc đời trong đó có cả cuộc hôn nhân của họ! Lấy được nhau là cái duyên kiếp trước, bé mọn và ngắn ngủi, kiếp này có nhau sao không trân quý?

Họ sợ vợ đau và ít nhiều thương tổn nếu người chồng vô tâm!

Họ biết cay xè mắt mỗi khi nhớ về vợ mình buổi vượt cạn hay thân thể nàng xuống cấp sau mỗi cuộc sinh nở. Để cho họ những đứa con mang họ cha và đẹp tựa thiên thần!

Họ sợ vợ buồn, sợ vợ không vui trong cuộc hôn nhân này!

Họ luôn muốn được làm thật nhiều những gì tốt đẹp nhất cho vợ họ, cho gia đình họ và cho chính cuộc hôn nhân này!

Ai có được người chồng biết sợ vợ như thế thì người đó là một người vợ hạnh phúc!

Chỉ tiếc rằng có đôi ba người phụ nữ có người chồng như vậy mà không biết!

Điều mà họ biết chỉ là việc anh ta kém cỏi so với chồng của những người đàn bà khác!

Điều họ biết chỉ là những gì chồng họ đã không làm chứ không phải những gì chồng họ đã làm!

Tôi biết có nhiều người vợ như thế!

Những người vợ ấy đáng thương nhất trong cuộc đời! Không phải vì họ có chồng tốt mà không biết mà họ đáng thương vì không tận hưởng được hạnh phúc của cuộc hôn nhân ấy! Những người không biết ĐỦ là những người bất hạnh triền miên như vậy!

Là một trò chuyện nhỏ nhân một người bạn uống bia cùng nước mắt khi tâm sự về cuộc hôn nhân đang mấp mé bờ vực thẳm!

Nước mắt của đàn ông không màu, không mùi, không hình mà vẫn đắng đót, đau xót đến thế...

PHẦN DÀNH CHO NGƯỜI ĐỌC

Những điều anh sẽ đánh mất nếu không còn em:

185

GIỮ MỘT TRÁI TIM CÓ KHÓ KHÔNG?

Để bắt đầu một tình yêu đúng đã thật khó! Nhưng để giữ trái tim ấy mãi trong trái tim này còn vất vả hơn xiết bao!

Giữ một trái tim thật chẳng khác nào giữ một cơn gió để nó không ngừng thổi, giữ một dòng nước không ngừng chảy và giữ một ngọn lửa không được tắt vậy!

Thế mới nói: Đừng thấy người ta hạnh phúc mà ghen tị! Bởi họ đã phải nỗ lực xiết bao để giữ được hạnh phúc ấy!

Sống chung đã khó, sống chung mà hạnh phúc còn khó gấp tỉ lần!

Trái tim con người thực ra chẳng thuỷ chung như ta nghĩ, ta muốn! Thứ làm nên thuỷ chung hoá ra lại là chuyện của cái đầu! Người biết nghĩ sẽ không bừa bãi yêu đương khi đã có một người của họ! Người biết trân trọng trước hết phải là người biết nghĩ là vậy!

Trái tim thì mong manh và dễ sa ngã khi nó lỗi nhịp, khi cuộc tình gặp vài lần chớp tắt! Mà ta hay gọi là say nắng vậy!

Có câu nói vui (mà đau): Người chung thuỷ là người chưa có điều kiện và cơ hội để ngoại tình!

Thế nên mong chờ sự chung thuỷ thì đừng đặt hy vọng vào sự bền vững của trái tim hay vào nhân cách của người ấy!

Mà hãy đặt niềm tin vào chính bản thân mình!

Hãy trở thành người mà đối phương không muốn đánh mất!

Trở thành người mà người kia mong đợi ở bên nhất!

Là người giữ lửa cuộc hôn nhân, cuộc tình ấy bằng sự xứng đáng của mình!

Tôi đã trả lời cho một comment nọ khi em hỏi: "Anh ơi, sao ngày còn yêu anh ấy là người rất biết thưởng thức em vậy mà cưới nhau rồi, anh ấy lại coi nhẹ em, bỏ bê em?" Là bởi em đã ngừng hoàn thiện em sau đám cưới. Là bởi em đánh mất đi sự thú vị của em rồi! Không phải sao khi tình yêu lớn lên không mặc vừa chiếc áo cũ? Nó giống như một hôm, em bỗng thấy anh chàng đồng nghiệp trở nên thú vị và khiến em ham muốn mời anh ta thưởng thức mình! Là khi chồng em đã không lớn kịp theo em! Chồng em vẫn chỉ luẩn quẩn quanh những giá trị đã cũ mòn của em vậy!

Thế nên đừng trách đàn ông lăng nhăng (dù có thật, dù rất xấu) mà hãy tự nâng cấp bản thân mình! Em của 18 đâu thể cứ thế lúc 20, 25, 30? Không nỗ lực hoàn thiện mình thì trách chi người ta ra đi?

Và đàn ông ạ, nếu các anh cũng không chịu nâng cấp bản thân, trở nên trưởng thành hơn, kiếm được tiền tốt hơn, kiến thức rộng hơn, hiểu đời nhiều hơn thì các anh cũng sẽ chung số phận khi vợ anh, người yêu của anh chán ngấy anh, muốn rời khỏi anh!

Đừng nói là trái tim chỉ cần yêu nhau là đủ!

Phải có cái gì để nuôi dưỡng trái tim ấy chứ!

Là thương nhau xót nhau!

Là nghĩa tình bồi đắp mỗi năm tháng sống cùng nhau!

Là để tâm chứ không phải để ý đâu!

Là không ngừng lớn lên theo cùng tình yêu ấy!

Để nếu có phút giây nào chao đảo trái tim thì hình ảnh người kia sẽ giữ lại trái tim này!

Là những hình ảnh thương yêu, tình nghĩa, đồng cảm, chia sẻ, để tâm, trọn vẹn...

Ai còn muốn ra đi khi có một người chồng, người vợ, người yêu như thế?

PHẦN DÀNH CHO NGƯỜI ĐỌC

Anh ơi, em thật nhớ những điều này khi nghĩ đến anh:

"ĐÚNG THÌ LÀM"

"Đúng thì làm" là câu cửa miệng của nàng! Chẳng đao to búa lớn, chẳng cân nhắc trước sau, chẳng thâm sâu khó lường. Chỉ đơn giản là thế. Trong mọi việc.

Tôi vẫn cự cãi với nàng: Cuộc đời này, Đúng Sai nhiều lúc chẳng rõ ràng đâu em! Có cái thoạt đầu rất Đúng nhưng càng làm càng Sai. Hoặc có thứ Sai lè ra đấy nhưng vẫn là thứ Đúng Đắn Phải Làm! Rồi chưa kể, trăm cái lý không bằng tí cái tình. Cái lý là Đúng nhưng cái Tình thì là Sai. Đâu ai dễ mà nói được: Đúng Thì Làm!

Nhưng. Nàng đáp: Em chẳng biết và cũng chẳng để tâm. Em cứ thấy Đúng thì em làm. Sai thì em sửa. Là chính em phải thấy Đúng đã. Còn mọi người nghĩ nó sai thì cứ chứng minh cho em thấy em sai đi, em sẽ sửa, sẽ xin lỗi, sẽ thay đổi. Còn nếu không chứng minh được, không thuyết phục em được bằng con số, dẫn chứng thì em cứ làm theo ý em thôi!

Tôi nghĩ nàng cứng đầu.

Nhưng tôi cũng lại nghĩ đó là sự tự tin của một con người.

Và hình như, rất nhiều người trong số chúng ta đã thiếu niềm tin ấy: Tin ở chính mình!

Có phải vì thế mà rất nhiều người phí cả cuộc đời để phân tích Đúng Sai theo quá nhiều góc độ? Phân tích Đúng Sai mà không LÀM. Và vì không biết Đúng Sai thế nào nên chần chừ, lần lữa cả cuộc đời của mình!

Sống gọn lại dành chỗ cho Hành Động bằng niềm tin vào bản thân.

Nàng lại Đúng!

Một lần nữa, nàng lại Đúng!

Và có lẽ tôi cần học thêm từ nàng điều này cho cuộc đời tôi, công việc của tôi!

PHẦN DÀNH CHO NGƯỜI ĐỌC

Hãy tha thứ cho những điều này ở em:

_____

_____

_____

_____

_____

_____

_____

_____

_____

_____

_____

_____

_____

_____

_____

_____

_____

_____

_____

_____

_____

193

YÊU NHẦM CÁI KẺ
CHẲNG BIẾT LÃNG MẠN!

Cái kẻ Thiên Bình lãng mạn yêu nhầm cái kẻ Sư Tử cóc có tí lãng mạn nào sất!

Vợ người ta văn chương dào dạt ngày giật chục status yêu chồng. Vợ mình dăm tháng mới viết nổi một status cho chồng. Bao nhiêu tình tứ lãng mạn dành cho cô í cứ ngỡ cô í sẽ giật ngay status cơ, ai dè đâu chẳng thấy! Đành tận hưởng một mình những câu ngọt ngào được thủ thỉ vào tai mỗi ngày vậy. Nàng giật status bằng miệng, bằng mắt, bằng những cái ôm, bằng cái nắm tay nhau mỗi ngày. Tình yêu thực đến vậy thì cần chi thứ ảo

194

trên mạng.

Nàng. Kẻ lúc nào cũng bảo: "Em khô như ngói í anh nhỉ? Em nhạt nhẽo anh nhỉ?"

Nhưng hoa chồng mua, nàng luôn là người nhìn ra đầu tiên. Nàng nhạt nhẽo không có sở thích du lịch, shopping, nghe chuyện cười nào hơi lắt léo là cười ngượng, bảo: "Em chẳng hiểu! Nó là sao hả anh?" Nhưng thật mặn với nước mắt thường trực khi xem phim, những bộ phim tình cảm vợ chồng. Nhưng thật mặn với nước mắt mỗi cơn ác mộng chồng chết hay chồng có bồ. Nhưng thật mặn với việc đi cùng chồng đến bao giờ cũng được, ở bên chồng đến bao lâu cũng được, thích ở bên chồng, nghiện ở bên chồng, cả tháng cũng được. Nhưng mặn ở những ước muốn được cùng chồng làm mọi thứ. Cứ nói giận nhau việc ai nấy làm nhưng lần nào cũng như lần nào không xảy ra chuyện này sẽ xảy ra chuyện kia. Rồi khóc mà bắt chồng làm hoà. Rồi vứt tất cả để chạy tới ôm chồng thú nhận: "Không có anh, em chẳng làm được gì hết!"

Vợ người ta (giống như con người ta) lúc nào chẳng lung linh, chẳng tốt, chẳng đẹp. Cứ so sánh sẽ thấy tủi thân, sẽ thấy thất vọng, sẽ thấy chán nản, sẽ thấy cô đơn. Nhưng hoá ra bất hạnh hay hạnh phúc chẳng phải đo bởi những thứ tiêu chuẩn ấy. Mà người ta đo bằng ĐỦ. Cảm thấy ĐỦ. Như câu chuyện nhóm người nghèo nhất nước Mỹ (5%) lại giàu hơn 2/3 người trên thế giới. Mọi so sánh chỉ là so sánh vậy. Anh muốn thôi nghèo thì đừng mơ nước Mỹ! Chẳng phải AQ với nhau đâu nhưng nếu ta không biết mình là ai mà cứ nghĩ mình là ai thì thật là bất hạnh!

P/s:

Vâng thì nịnh vợ! Đàn ông thậm ghét mấy cha nịnh vợ bởi thế nào về nhà cũng bị vợ chìa ra bài viết này, bắt úp mặt vào tường học thuộc lòng. Nhưng nói đi cũng phải nói lại: Bao lâu rồi các anh cứ khô khan yêu vợ âm thầm? Các anh có biết đồng nghiệp của vợ, lũ trai bên ngoài kia nó mưu ma chước quỷ thế nào không? Thằng nào nó cũng rình rập lúc anh khô khan mà nhảy vào tưới tắm vợ anh ngay đấy! Các anh rõ quá còn gì! Ừ thì nịnh! Nịnh đi! Nịnh khẩn trương! Phụ nữ yếu mềm nhất lúc chồng nịnh nọt!

PHẦN DÀNH CHO NGƯỜI ĐỌC

Trong suốt cuộc tình mình, cho đến lúc chết, em
muốn được làm những điều này tặng anh:

HÔN NHÂN GIẾT CHẾT TÌNH YÊU HAY TÌNH YÊU GIẾT CHẾT HÔN NHÂN?

Vừa lên talkshow CHUYỆN ĐÊM MUỘN của VTV3 về chủ đề *Ly Dị*. Bao nhiêu tâm huyết - tâm tư về những *Đám Cưới* vừa mới qua đời đã được gửi gắm trong đó. Nhưng vẫn cảm thấy cần phải sẻ chia tiếp về điều này trong cuốn sách của mình!

Người ta vẫn nói với nhau rằng: *Hôn Nhân* giết chết *Tình Yêu*. Và có quá nhiều bằng chứng rõ ràng về những cuộc hôn nhân mà sau đó, tình yêu cạn kiệt như thể chưa từng yêu nhau đến thế.

Hôn Nhân phải chăng đúng là mồ chôn tình yêu? Tôi cũng từng ngờ nghi như thế. Cho đến lúc gặp vợ mình bây giờ. Nàng đã dạy tôi rằng: Hôn nhân không giết chết tình yêu. Sự nhàm chán, lặp lại hay những ảo tưởng mới giết chết tình yêu. Là sự không chịu thay đổi của hai con người ấy.

Trước đám cưới, chúng ta yêu nhau thế nào?

Sau đám cưới, chúng ta yêu nhau ra sao?

Có người, trước đám cưới đã dâng hiến, trọn vẹn xiết bao. Nhưng sau đám cưới lại hờ hững, coi như sự đã rồi, biến cuộc sống vợ chồng, cuộc đời *Hôn Nhân* thành thứ trách nhiệm, nghĩa vụ. Tình yêu trước hôn nhân là bao đam mê. Tình yêu sau hôn nhân là cả trời trách nhiệm.

Thế thì hôn nhân giết chết tình yêu hay tình yêu (sự kỳ vọng vào tình yêu) đã giết chết hôn nhân?

Tôi cho rằng là sự kỳ vọng (thậm chí với nhiều người, là sự ảo tưởng) về tình yêu đã giết chết cuộc hôn nhân ấy.

Vậy sau hôn nhân, hai con người ấy không còn được kỳ vọng vào tình yêu ư?

Không phải vậy!

Chỉ là đừng khoác lên hôn nhân của mình những bóng bẩy của tình yêu.

Lãng mạn. Là một bóng bẩy của tình yêu.

Không! Lãng mạn không phải là một bóng bẩy của tình yêu đâu.

Sự bóng bẩy của tình yêu là những thứ kiểu như: Giống chồng/vợ người khác.

Là sự đòi hỏi nhiều khi chỉ mang tính một chiều.

Là phải giống phim ảnh.

Là chỉ nhìn thấy những điều người khác đã không làm cho mình.

Tôi những muốn gửi cho *Hôn Nhân* của mọi người vài thứ.

Như hãy nhìn những điều ta ĐÃ LÀM cho nhau thay vì nhìn những điều ta CHƯA LÀM cho nhau.

Như hãy ĐỂ TÂM đến nhau thay vì chỉ ĐỂ Ý, nhìn bằng TIM thay vì chỉ nhìn bằng MẮT, bằng lòng khát khao mong một tương lai chung.

Như hãy biết TRÂN QUÝ những phút giây có nhau thay vì KỲ VỌNG người ta phải như mình muốn mới là đúng.

Bao nhiêu ĐÁM CƯỚI mới thành một HÔN NHÂN?

Thôi, đừng tìm kiếm những bữa tiệc cưới một khi chưa học cách *Sống Chung*.

Bởi tình yêu nào chẳng lung linh như bữa tiệc, còn *Hôn Nhân* thì cần phải hiểu như những bữa ăn chung. Rau cá thịt thà hay cao lương mỹ vị, xét cho cùng, nếu bạn chịu CÙNG NHAU thì mới ngon được.

Và hỡi những ông chồng đáng kính!

Thay vì cáu gắt với những đòi hỏi của vợ mình, hãy dùng lòng lắng nghe.

Thay vì mặc định vợ mình là vợ mình, hãy cẩn thận với những gã đồng nghiệp, những tay hàng xóm.

Anh có thể niềm nở bao nhiêu với gái xinh ngoài kia sao không dành lại một chút cho vợ mình?

Bởi cuối cùng, điều mà hầu hết phụ nữ đều mong muốn là *Một Đám Cưới Duy Nhất Trong Cuộc Đời Của Họ.*

Vậy thôi!

PHẦN DÀNH CHO NGƯỜI ĐỌC

Hãy tặng em những điều này:

_____
_____
_____
_____
_____
_____
_____
_____
_____
_____
_____
_____
_____
_____
_____
_____
_____
_____
_____
_____
_____
_____
_____

HÃY LÀM CHO ANH TA SỢ BẠN!

Trong rất nhiều tin nhắn gửi cho tôi xin lời khuyên thì nhiều nhất lại không phải là những cô gái nhỏ băn khoăn chuyện yêu đương, mà lại là những người vợ đớn đau khi phát hiện ra chồng mình có bồ hoặc bắt gặp tin nhắn flirt gái của chồng. Cứ như thể ông chồng nào cũng ngoại tình hết vậy! May mà tôi cũng là đàn ông, tôi hiểu rằng không phải mọi đàn ông đều có sở thích ngoại tình. Dù rằng, trước những cô nàng bốc lửa hoặc "có vẻ dễ dãi" thì đàn ông chúng tôi cũng dễ dãi theo! Nhưng không phải là tất cả! Nhưng không phải ai cũng vậy! Bởi vẫn còn khá nhiều đàn ông... sợ vợ (như tôi).

Có người bảo: Đàn ông sợ vợ nhưng vẫn đi ngoại tình nhiều lắm anh ơi!

Không! Hoặc là anh ta vờ sợ vợ hoặc cô vợ mắc bệnh tưởng chồng sợ mình!

Đàn ông sợ vợ không phải là cứ thấy vợ là rúm hết cả ró lại!

Đàn ông sợ vợ không phải là vợ nói ngồi là không dám đứng!

Đàn ông sợ vợ càng không phải là thứ đàn ông gọi dạ bảo vâng lễ phép ngoan nhất nhà!

Đàn ông sợ vợ là sợ vợ đau buồn! Sợ làm tổn thương vợ! Sợ vợ bỏ mái ấm này mà đi! Sợ gia đình đổ vỡ. Sợ những đứa con côi cút mái nhà! Sợ mất đi người phụ nữ họ yêu thương hết mực. Sợ khi ngoại tình gặp phải cô nàng điên loạn xông tới nhà đòi phân vai chính phụ! Sợ vợ phát hiện ra rồi bỏ mình đi! Sợ mình ngủ với gái thì thằng khác ngủ với vợ mình! Sợ bữa cơm chiều nguội ngắt. Sợ cuộc hôn nhân vỡ vụn!

Tôi luôn khuyên các bà vợ rằng phòng bệnh luôn tốt hơn chữa bệnh! Hãy khiến chồng mình biết sợ ngay từ đầu. Hãy cho chồng thấy những nguy cơ! Và nguy cơ lớn nhất, làm đàn ông sợ nhất là một cuộc hôn nhân mất an toàn, hết an yên, cạn kiệt lòng tin!

Hãy khiến chồng biết sợ điều đó thay vì sợ những cơn ghen tuông cuồng nộ!

Và nếu chẳng may anh ta đã lỡ ngoại tình thì khi đó, nếu bạn không thể ly dị, không thể bỏ đi thì hãy học cách chấp nhận!

Phải chấp nhận bởi bạn muốn giữ mái ấm này!

Và chấp nhận nó bằng mong mỏi giữ lại mái ấm!

Nó giống như bạn phải tự cắt bỏ khối u vậy!

Nếu không cắt thì phải chết!

Chọn sống thì phải chịu đau!

Cắt bỏ khối u cần lòng can đảm đến bảy phần và cần lòng bao dung đến ba phần!

Bởi bạn chẳng thể cứ sống mãi với khối u ấy!

Bởi bạn cần phải cho cuộc hôn nhân ấy một lòng tin mới!

Nói thì dễ nhưng làm được thì thậm khó!

Thậm khó!

Nhưng vẫn phải làm!

Phải làm!

Nếu muốn đi tiếp!

Tôi biết nó sẽ là một giai đoạn rất khó khăn với bạn!

Bởi vết thương lòng thì sâu!

Vết thương lòng khó liền miệng!

Có khi là vĩnh viễn!

Có khi là suốt đời!

Đến tận cùng cái chết!

Vẫn còn đau!

PHẦN DÀNH CHO NGƯỜI ĐỌC

Có những lúc em buồn như thế! Và em ao ước lúc đó

anh sẽ:

PHỤ NỮ SINH RA KHÔNG PHẢI ĐỂ LÀM VỢ, LÀM MẸ!

Hôm vừa rồi, tôi trả lời phỏng vấn cho đài Tiếng nói thành phố Hồ Chí Minh. Bạn phóng viên đặt cho tôi một câu hỏi khá thú vị: "Anh nghĩ sao khi phụ nữ luôn được dạy dỗ từ tấm bé phải làm vợ, làm mẹ thế nào?"

Tôi nghĩ, họ đều bị dạy sai hết rồi! Nó chỉ đúng nếu như người ta dạy cả tụi con trai làm chồng, làm cha thế nào. Chứ không phải chỉ dạy phụ nữ phải phục vụ đàn ông thế nào như vậy! Buồn thay, quá nhiều bà mẹ vẫn dạy con gái mình điều đó! Họ khiến nhiều cô gái lớn lên chỉ có duy nhất một mục tiêu: Làm vợ một thằng đàn ông!

207

Trời ạ! Sao lại có thứ giáo dục vô lý và bất công đến thế? Không! Hãy dạy con gái mình làm một con người đúng nghĩa! Là hiểu được giá trị của mình chứ không phải là để phục dịch cho một ai khác!

Tôi hiểu và tôi đồng ý rằng phụ nữ hạnh phúc là người phụ nữ có được một gia đình hạnh phúc, có người chồng thương yêu và quan tâm đến mình. Nhưng trước hết, chính cô ấy phải làm cho cô ấy hạnh phúc đã!

Muốn hạnh phúc thì điều đầu tiên là cô ấy phải biết giá trị bản thân mình! Cô ấy sinh ra là để được yêu thương, trân trọng chứ không phải để làm vợ hay làm mẹ! Việc cô ấy trở thành một người vợ tốt hay một người mẹ tốt là ở việc cô ấy trân trọng chồng vì anh ta xứng đáng được trân trọng chứ không phải làm vợ như một công việc đã được giáo dục!

Có lẽ vì tôi đang có một cô vợ như thế nên tôi cổ súy cho phụ nữ biết giá trị của mình! Vợ tôi rõ ràng là một người phụ nữ như thế! Nó giống như một câu chuyện lan truyền trên mạng rằng khi mọi người nói: Vợ của Obama hạnh phúc khi chồng bà ấy là tổng thống. Vợ Obama đáp: "Bất cứ người đàn ông nào lấy tôi cũng sẽ trở thành tổng thống hết!"

Là vậy!

Khi mọi người nói: "Vợ tôi may mắn khi lấy được một người chồng như tôi" thì xin hãy nghĩ lại. Rằng ai lấy vợ tôi thì cũng sẽ yêu cô ấy như tôi mà thôi!

Là từ chính em, cô gái ạ! Là em quyết định điều đó, hạnh phúc của đời em. Chứ đừng chờ mong may mắn nào trong đời! Nếu em đủ yêu bản thân em, hiểu giá trị đời em, trân quý bản thân mình thì chẳng ai có thể ruồng rẫy em được, chẳng ai có thể hành hạ em được!

Đừng học cách làm vợ, làm mẹ nữa! Hãy học cách trở thành người phụ nữ quyết định được số phận của mình! Cuộc đời cần những người phụ nữ như thế!

Như bốn cái nhà hàng của tôi cần bà chủ như vợ tôi. Như ba đứa con của tôi cần một người mẹ như vợ tôi. Như tôi cần một người vợ như nàng!

Nhớ lấy điều này!

Nghìn lần hãy nhớ lấy nhé!

PHẦN DÀNH CHO NGƯỜI ĐỌC

Nếu em "phải" lấy một người chồng khác, em vẫn muốn người đó sẽ có những điều tuyệt vời ở anh như:

_____

_____

_____

_____

_____

_____

_____

_____

_____

_____

_____

_____

_____

_____

ĐỪNG ĐỂ TẮT ÁNH ĐÈN VÀNG
NƠI Ô CỬA NHỎ

Có bao ngọn đèn vàng đã tắt nơi những ô cửa nhỏ chiều nay? Có bao lối về quen mà người về vẫn lạc? Có bao yêu thương đủ để đón nhớ trở về?

Tôi không biết nữa! Khi mỗi ngày thêm vài ngọn đèn vàng bị tắt trên cuộc đời này! Người ta cưới nhau bằng những hân hoan, bằng biết nhường nào khao khát về một cuộc hôn nhân bền vững nhưng rồi, đánh đùng một cái, hoặc âm ỉ, hoặc dần ủi mục... những ngọn đèn vàng một hôm không còn sáng nữa!

Năm 20 tuổi, tôi đã mơ về những ánh đèn vàng như vậy. Với mối tình đầu quá nhiều vết thương của mình! May mà không cưới nhau. Chứ nếu không hẳn bây giờ ngọn đèn vàng trong tôi đã biến mất!

Bởi hôn nhân không phải là sự đòi hỏi nhau phải thế này hay thế nọ! Không phải so sánh chồng người vợ ta! Lại càng không phải sẵn sàng làm tổn thương nhau để hả cơn bực tức của mình!

Có bao cuộc hôn nhân đã như thế?

Để rồi ngọn đèn vàng tắt tự lúc nào!

Đàn ông hay phụ nữ, xét cho cùng chỉ khác nhau ở giới tính và tên gọi! Chứ lòng ham muốn một ánh đèn vàng chờ ta trên lối về thì chẳng phân biệt giới tính đâu!

Nhiều người vợ vẫn tưởng rằng mình bật ngọn đèn vàng thế kia, mâm cơm thế nọ, dốc lòng yêu chồng thế này, vì chồng vì con vậy mà chồng vẫn thờ ơ!

Nhiều người chồng vẫn tưởng rằng mình đã làm tất cả như kiếm tiền để mua một ngọn đèn vàng, trách nhiệm bật ngọn đèn vàng, hy sinh những ánh đèn màu nhấp nháy để trở về làm đèn vàng, vậy mà vợ vẫn hết yêu mình!

Phải! Cũng có đấy những người vợ, người chồng không biết giá trị của đầm ấm, của đèn vàng, của hôn nhân, của mái ấm! Nhưng đó là những người chẳng buồn ghé mắt đọc những bài viết dạng này!

Còn những người luôn khát khao mái ấm, ngọn đèn vàng đón đợi thì khác!

Chỉ là ta có trở thành ngọn đèn vàng của họ hay không?

Là một mái ấm - niềm tin dành cho nhau chứ không phải một mâm cơm bày sẵn cùng một lô một lốc những lời dằn vặt, chì chiết, so bì, nghi ngờ, phiền muộn... ăn cùng!

Là ta - chính là ta chứ không phải một cô vợ hay một ông chồng! Có nghĩa là đủ tự tin vào chính bản thân mình thay vì cố phải làm vừa lòng nhau, sống khác đi một cách miễn cưỡng!

Là ta đủ để được trân trọng, đòi hỏi được trân trọng, yêu cầu được trân trọng và nỗ lực để được trân trọng!

Là ta - ngọn đèn vàng để người muốn trở về thay vì mệt mỏi khi nghĩ đến việc phải về!

Và cả những người đã quên đời mình có một ngọn đèn vàng chờ đợi kia ơi!

Người đi tìm điều chi? Người mong muốn điều gì?

Cỏ ở chân núi nào cũng xanh!

Và rốt cuộc, chúng ta có được điều gì nếu không phải một mái ấm?

Hãy trở về khi còn chưa muộn!

Khi ngọn đèn vàng còn vẫy gọi!

Khi lối về còn bàn tay vẫy!

Khi tất cả vẫn luôn là bắt đầu bởi cái đích cuối cùng là cái chết chứ không phải ngày mai!

Về đi!

Về đi!

Để những ngọn đèn vàng không tắt thêm chiếc nào nữa!

PHẦN DÀNH CHO NGƯỜI ĐỌC

Khi nhớ đến anh, em sẽ nhớ nhất những điều này:

_____

_____

_____

_____

_____

_____

_____

_____

_____

_____

_____

_____

_____

_____

_____

_____

_____

_____

_____

HẠNH PHÚC NẰM CO...

Ngày Gia Đình, dành tặng những ai đang thấy Hạnh Phúc ít ỏi...

Hẳn có vài người đọc Facebook Hoàng Anh Tú của tôi mà chạnh lòng. Bởi những tấm ảnh, câu chuyện về *Hạnh Phúc* tôi kể mỗi ngày trên đó. Rằng sao lại có người đàn ông yêu vợ đến thế? Rằng sao lại có người đàn bà mãn nguyện đến thế? Rằng ba đứa nhỏ sao mà đặc biệt đến thế? Rằng bốn cái nhà hàng lúc nào cũng đông khách, mua nhà Times City, mua xe, bạn bè thành đạt... Cứ như thể hạnh phúc dồn hết vào cái gia đình này vậy.

Hẳn vài người ngờ nghi về độ xác thực của những hạnh phúc được show ra! Thậm chí, sẽ có người cố gắng tìm ra vài thứ bất mãn để phủ nhận hạnh phúc ấy.

Ồ, nếu ai đó có như vậy thì chia buồn nhé! Bởi hạnh phúc ấy là có thật! Sẽ chẳng ai huỷ hoại được nó! Bởi để có nó, hai vợ chồng tôi đã phải bạc tóc, lăn lộn nhiều năm, qua nhiều đổ vỡ, hỏng hóc để có được. *Hạnh Phúc* không từ trên trời rơi xuống là thế!

Vậy sao bao nhiêu người cũng nỗ lực mà không được? Thế gian được vợ hỏng chồng. Rồi cả hai cũng nỗ lực bao nhiêu mà không đủ tiền mua nhà, mua xe. Hay con cái thì bướng bỉnh, nói không nghe.

Là bởi họ đang nằm co!

Nhưng không phải bởi *Hạnh Phúc* họ đang có quá ít ỏi và mong manh. Chỉ là họ cứ mơ một *Hạnh Phúc* lớn hơn thôi!

Tôi biết có người buồn vì chồng mình không nói được lời có cánh mà quên rằng anh ta quen việc thầm lặng lo toan cho gia đình. Anh ta không chia sẻ với vợ vì không muốn làm vợ lo lắng!

Tôi biết có người buồn vì chồng vô tâm. Mà quên rằng anh ta đầu tắt mặt tối làm lụng để gia đình nhỏ này tồn tại.

Tôi biết nhiều người vợ thật vô lý, dù yêu chồng nhưng chưa từng thương và biết xót chồng!

Phải, phải, phải! Có nhiều ông chồng thật tệ. Như cờ bạc. Như gái gú. Như đánh đập vợ. Như lười biếng. Như vô tâm.... Nhưng còn nhiều ông chồng khác rất yêu vợ. Chỉ là họ sĩ diện, họ sợ sến, họ xấu hổ, họ nghĩ rằng vợ phải hiểu. Đàn ông tệ là đàn ông bỏ mặc vợ chạy theo đàn bà khác hoặc coi vợ như giẻ rách thôi. Còn nếu họ vẫn yêu bạn thì đừng cân đong tình yêu đó nữa!

Đừng cân đong đo đếm *Hạnh Phúc*. Bởi *Hạnh Phúc* là tận hưởng chứ không phải để so sánh!

Ngày Gia Đình, đừng hỏi anh ta đã làm gì cho bạn mà hãy hỏi: Vợ chồng mình làm gì trong Ngày Gia Đình này?

Và nếu hôm nay không thể thì 364 ngày còn lại đều vẫn là Ngày Gia Đình.

Các cô gái ạ, đừng nằm co nữa!

Hạnh Phúc nằm co trông tội nghiệp lắm!

Nhớ giùm tôi câu này: Nếu không có điều ta muốn, hãy biết yêu điều ta có.

Vậy thôi!

Được không?

PHẦN DÀNH CHO NGƯỜI ĐỌC

Nói đến tình yêu của chúng mình, là nói đến:

_____

_____

_____

_____

_____

_____

_____

_____

_____

_____

_____

_____

_____

_____

_____

_____

_____

_____

_____

TRÁI TIM MỘT NGƯỜI ĐÀN ÔNG BẰNG GÌ?

Đã có quá nhiều những bài báo dạy người ta cách làm sao để giữ chồng, giữ người yêu nhưng ta biết làm sao để giữ cho được trái tim người ấy ở lại bên mình?

Nhiều người chọn cách tươi xinh với hàng trăm phòng tập gym, thẩm mỹ, spa ra đời!

Nhiều người chọn cách nấu ăn ngon thật ngon nên sách dạy nấu ăn hay các khoá học nấu ăn trở nên đắt khách!

Hay học theo "các cụ" là hy sinh và cam chịu!

Hoặc chọn cách "yêu" chồng bằng đủ mọi chiêu trò giường chiếu.

Ồ không!

220

Bạn cứ tập gym, thẩm mỹ, spa, nấu ăn hay chiêu trò giường chiếu đi. Nhưng là để đời bạn thêm hứng khởi chứ đừng là vì muốn giữ chồng! Là để đời bạn thêm nhiều niềm vui chứ cách đó chẳng "xây nhê" gì với những ông chồng ham hám gái!

Để trói trái tim một người đàn ông thì phải bằng bản lĩnh của chính bạn! Mà bản lĩnh ấy, chẳng ai dạy bạn đâu! Nó phải tự thân từ chính bạn! Bạn có phải là một cô gái bản lĩnh không?

Là thế giới của bạn lớn đến đâu. Tầm nhìn của bạn xa thế nào. Nếu anh ta là cả thế giới của bạn thì tốt cho anh ta nhưng sẽ tệ cho bạn! Anh ta sẽ hoàn toàn có bạn 100% cho đến khi anh ta chán ngấy bạn và anh ta ra đi thì bạn mất cả thế giới. Anh ta rời bỏ bạn thì cuộc đời bạn còn gì?

Sẽ chẳng ai quan tâm đến bạn nhiều hơn chính bạn. Đó là sự thật! Đừng mơ mộng rằng có ai đó sẽ yêu bạn nhiều hơn chính bạn yêu mình! Kể cả bố mẹ, đôi khi, bố mẹ yêu bạn bằng những gì họ có chứ tuyệt đối không phải bằng những gì bạn muốn! Đừng trông đợi! Ngay cả bạn cũng sẽ không yêu nổi con mình theo những gì chúng muốn kia mà. Bởi sức người thì có hạn. Làm sao ta yêu nổi ai như họ muốn?

Thế nên, hãy nhớ cho rằng bạn mới là người biết bạn cần được yêu thế nào và đáp ứng cho chính bản thân mình!

Một khi bạn yêu mình đủ rồi thì người đàn ông của bạn mới nhận ra giá trị của bạn. Và khi đó, họ mới phải là người cần giữ bạn! Chẳng ai muốn để một con xe xịn nguyên khoá giữa đám đông cả! Chẳng ai muốn để mất đi một cô gái giá trị cả! Bằng như họ vẫn vứt bỏ bạn thì có nghĩa là bạn có là hoa hậu đi nữa thì họ cũng chỉ chơi chán là bỏ!

Tôi chẳng khuyến khích ai vứt bỏ tình yêu cả. Tôi chỉ khuyến khích mọi người vứt bỏ những thứ "cóc có giá trị sử dụng", những thứ làm bạn mệt mỏi, đớn đau và chẳng có tương lai. Và làm sao để trói kẻ chưa bao giờ muốn thuộc về bạn?

Giữ người muốn đi xa cùng mình, muốn được sống với mình, muốn yêu thương mình, trân trọng mình chứ giữ làm gì kẻ chỉ coi mình như một lựa chọn, như một vật có cũng được mà mất chẳng tiếc.

Ai đó vẫn muốn chống chế rằng: Nhưng em yêu anh ta mà!

Thì ừ, là do bạn chọn thôi!

Như những kẻ nghèo túng chỉ cần có ăn thì bất chấp lòng tự trọng, thậm chí trộm cắp, ăn mày, ăn xin!

Như những kẻ thiểu năng trí tuệ ai cho gì cũng nhận mà không phân biệt được tốt xấu, đúng sai!

Như những kẻ nghiện ma tuý sẵn sàng đâm cả bố mẹ mình để có một liều thuốc qua cơn vật!

Nếu bạn là người hoàn toàn bình thường, sao bạn không hiểu?

PHẦN DÀNH CHO NGƯỜI ĐỌC

Anh muốn trói tim em thì hãy làm theo những cách nầy

NƯỚC MẮT ĐỂ DÀNH MAI ĐI!

Ai đó nói: Đừng chạy trốn nỗi buồn!
Tôi nói: Ai bảo chạy trốn? Là cóc thèm gặp nó thôi!

Tâm lý học nói: Tâm trạng bạn sẽ trở nên thoải mái hơn khi bạn cười. Ngay cả khi bạn giả bộ cười!

Vậy thì sao không cười đi!

Nỗi buồn dài rộng là bởi ta dọn lòng ta cho nó!

Một khi bạn khép chặt lòng mình lại, không cho nó cơ hội "nằm vạ" trong bạn thì nó tự khắc sẽ bé lại!

Ngày bé, mỗi khi buồn, tôi thường tự làm mình vui bằng trò... tô dép! Tôi tô màu dép mình rồi bật cười vì cái dép sặc sỡ ấy!

Hay lớn hơn thì bằng cách ngồi dốc trọn lòng cho kế hoạch MỘT TÔI MỚI!

Trốn chạy khỏi nỗi buồn, mọi người nói vậy, cần rất nhiều niềm vui!

Và luôn là những niềm vui tự tạo!

Thật tuyệt nếu bạn có một đam mê! Như tôi thì là viết.

Nỗi buồn.

Chẳng ai thoát khỏi nỗi buồn cả đâu!

Thế nên điều cần làm không phải là tự hành hạ mình khi buồn hay cho phép nỗi buồn kiểm soát bản thân mình!

Mà là giải quyết nó!

Bằng chia sẻ!

Bằng nhiều niềm vui tự tạo ra!

Thay vì ủ rũ chẳng thiết làm gì!

Nào, nếu lúc này đây, em đang buồn, cuốn sách này sẽ giúp em đuổi cổ nỗi buồn. Em đọc đi! Bằng cách lục lọi nó! Trong cả chục bài ở đây, có rất nhiều niềm vui đấy!

Đừng giam mình trong nỗi buồn nữa, được không?

PHẦN DÀNH CHO NGƯỜI ĐỌC

Suy nghĩ của bạn:

_____
_____
_____
_____
_____
_____
_____
_____
_____
_____
_____
_____
_____
_____
_____
_____
_____
_____
_____
_____
_____

CHÚNG TA BỊ DẠY SAI VỀ HY SINH RỒI!

Bữa cơm tối cùng mẹ vợ luôn được nghe những câu chuyện tình già của những người bạn mẹ. Trong đó, có thật nhiều những câu chuyện mà "giá ta nên được biết ngày trẻ".

Khi chúng ta nghe nói đến từ "Hy sinh", hẳn nhiều người sẽ nghĩ đến hình ảnh phụ nữ! Phải, như tôi đã từng kể về mẹ đẻ của tôi. Hồi bé thì là con gái ông X, lấy chồng thì là vợ ông Y, có con thì thành mẹ thằng Z, có cháu thì thành bà nội thằng A, bà ngoại con B... Cả đời chẳng khi nào có ai gọi đúng tên thật của bà. Người xưa dạy đó là sự hy sinh cao cả, hạnh phúc của hy sinh hay hy sinh trong hạnh phúc!

Nhưng nếu những ông X áp đặt con cái, đánh đập con cái hay ông Y bạo hành vợ, bồ bịch bên ngoài, hoặc cái thằng Z đánh chửi cả mẹ mình, thậm chí những đứa cháu A, B cũng coi bà như osin thì sao? Hy sinh ấy có được tính là một hạnh phúc không?

Mẹ vợ tôi kể về vài người bạn mẹ cả đời bị cuốn theo hai chữ hy sinh, cứ cố, cố, cố, cố rồi lăn đùng ra đổ bệnh nằm liệt giường cả chục năm nay. Chẳng thấy hạnh phúc đâu, chỉ thấy trở thành gánh nặng cho chồng con.

Tôi cũng thấy nhiều cô vợ trước khi lấy chồng rực rỡ nhường nào, lấy chồng xong nhìn úi xùi hẳn. Có con xong thì thôi rồi là bụng một thúng mỡ, lấy tay vẩy vẩy bụng được! Tôi tự hỏi: Liệu có ông chồng nào hạnh phúc được khi ngày ngày phải đối diện với thứ khủng khiếp như vậy? Nhàm mắt, chán nản rất dễ sinh ra tội lỗi nếu y gặp một cô nàng bốc lửa khác ngoài kia!

Không! Đừng nói với tôi nữa về sự hy sinh của các cô! Không! Các cô hy sinh cho hạnh phúc gia đình, cho chồng con thì đó là điều tốt. Rất tốt! Nhưng làm ơn, đừng ruồng rẫy bản thân mình! Đừng thiếu trân trọng chính bản thân mình nữa. Nên ta nói: Phụ nữ là phái đẹp chứ không phải phụ nữ là abc! Các cô cần phải trân quý chính bản thân mình trước khi hy sinh. Nó giống như trên máy bay khi gặp tình huống khẩn cấp, các cô cần TỰ ĐEO MẶT NẠ DƯỠNG KHÍ CHO MÌNH RỒI MỚI ĐEO MẶT NẠ DƯỠNG KHÍ CHO TRẺ EM BÊN CẠNH. Các cô không biết tự chăm sóc cho mình thì có hy sinh bằng giời các cô cũng sẽ không xứng đáng để họ yêu. Bởi cô còn không yêu nổi cô, sao bắt người khác yêu cô? Bởi cô đang tự biến mình thành thứ công cụ mang tên Người - Hy - Sinh!

Hiểu về *Hy Sinh* theo cách khác đi!

Là *Hy Sinh* gì thì cũng vẫn phải trân quý và chăm sóc chính bản thân mình trước!

Như yêu lấy mình cũng chính là cách để yêu đối phương. Cùng anh ta chăm sóc chính bản thân mình là vậy!

Hãy bỏ ngoài tai những lời kêu gọi hy sinh của một thế hệ ĐÀN ÔNG MUỐN THẾ!

PHẦN DÀNH CHO NGƯỜI ĐỌC

Đừng bắt em phải làm những điều sau:

_____

_____

_____

_____

_____

_____

_____

_____

_____

_____

_____

_____

_____

_____

_____

_____

_____

_____

_____

_____

_____

231

LƯỠI SẮC LẮM, HÃY NÓI SAU KHI NGHĨ!

Nếu lưỡi được làm bằng thuỷ tinh, hẳn sẽ nhiều người cẩn thận hơn với lời nói của mình!

Tôi biết nhiều người khi giận lên là nói cho bằng sạch, nói cho sướng miệng bất cần đối phương cảm thấy thế nào. Hẳn là họ nghĩ: Lời nói gió bay hay nói là việc của miệng chứ không phải là việc của cái đầu!

Tôi cũng biết, và cả tôi nữa, luôn dễ bị tổn thương bởi lời nói hơn tất thảy! Dù đã nhắc mình rằng họ vô tình nói thôi, hay họ giận mà nói thế thôi, hoặc đó chỉ là lời vô thưởng vô phạt. Vậy mà kỳ lạ thay ta vẫn đau. Mới hay rằng lời nói dễ làm tổn thương nhau đến thế!

Bạn bè càng thân thiết càng dễ làm thương tổn nhau sâu sắc hơn!

Người càng được yêu thương nhiều thì lời nói càng trở nên ý nghĩa với mình! Và vì thế, lòng thương tổn càng mạnh mẽ hơn, sâu hoắm hơn, dai dẳng hơn, xót đau hơn!

Là lời nói có sức tàn phá nhau như thế nhưng nhiều người coi nhẹ nó.

Như một lời xúc phạm khi đang điên lên tức giận!

Như một lời vô tâm nói ra khi đầu óc đang mải nghĩ đến việc khác!

Như một lời hứa lúc vui miệng!

Như một lời hẹn chung chung!

Như một lời yêu nói cho vui!

Như một câu trách cứ mà không nhìn nhận nỗ lực của đối phương!

Như phán mà quên xét!

Hoặc có đôi lúc là buôn chuyện tưởng như chẳng hại ai.

Hay đùa không đúng việc, giỡn sai thời điểm!

Nếu ai trước khi nói hay viết mà chịu suy nghĩ một chút, hẳn mọi đớn đau đã chẳng xảy ra!

Suy Nghĩ (THINK) gồm:

T - True - Nó có phải là Sự Thật không?

H - Helpful - Nó có lợi ích gì không?

I - Inspiring - Nó có tạo ra cảm hứng gì không?

N - Necessary - Nó có cần thiết không?

K - Kind - Nó có tử tế không?

Giá mà mọi người hiểu...

PHẦN DÀNH CHO NGƯỜI ĐỌC

Đừng nói với em những điều này:

_____

_____

_____

_____

_____

_____

_____

_____

_____

_____

_____

_____

_____

_____

_____

_____

_____

_____

_____

_____

_____

_____

LÀM VỢ - LÀM BỒ, LÀM GÌ?

Dân tình đang share nhau câu chuyện "Làm vợ mới khó - Làm bồ quá dễ". Có vài người hỏi tôi: Đứng trên cương vị đàn ông, anh nghĩ sao?

Tôi nghĩ rằng làm vợ hay làm bồ xét cho cùng vẫn là làm phụ nữ cả thôi! Làm vợ tốt hay làm bồ ngoan đều giống việc chúng ta cho các quý anh chàng quyền sử dụng bạn! Mà tôi thì chỉ muốn phụ nữ là để yêu chứ không phải để sử dụng!

Người ta có thể đặt ra rất nhiều tiêu chí, tiêu chuẩn cho một bà vợ hay lý do, hoàn cảnh cho một cô bồ. Người ta cũng nhân danh nhà tâm lý để đưa ra đủ loại lời khuyên này kia. Nhưng có một điều mà chẳng ai đoái hoài tới đó là: Tại sao đàn ông được quyền lựa chọn? Là bởi chính các chị em cho họ cái quyền ấy!

Khi mọi người hỏi: *"Vì sao anh quyết định cưới chị nhà làm vợ mà không phải là một chị bất kỳ nào đó mà anh đã từng yêu?"*

Câu trả lời của tôi là: Không phải tôi quyết định cưới mà là tình yêu của chúng tôi quyết định cưới. Phải! Là tình yêu quyết định. Giống như nó quyết định rời bỏ một cặp đôi nào đó, có mặt trong một cặp đôi nào đó, hời hợt trong một cặp đôi nào đó, dữ dội trong một cặp đôi nào đó! Vâng, với chúng tôi, nó quyết định một đám cưới để chúng tôi thuộc về nhau.

"Vậy nếu giả dụ anh có bồ thì lý do sẽ là gì? Chị nhà thế nào thì anh sẽ có bồ?"

Không! Vợ tôi có thế nào thì cũng chẳng phải là lý do tôi có bồ. Lý do tôi có bồ là bởi tôi chứ không phải bởi vợ tôi. Các đấng ông chồng luôn miệng đổ lỗi cho vợ thế này hay vợ thế kia nên mới có bồ. Là lý do lý trấu thôi. Chứ việc họ có bồ, xét cho cùng chẳng có một lý do nào liên quan đến vợ họ hết! Nếu có, đó chỉ là bởi vợ họ đã cho chồng điều kiện tốt nhất để có bồ và đổ lỗi!

Không! Việc làm vợ phải thế này hay thế kia để giữ chồng là việc ngu ngốc nhất. Bao nhiêu ông chồng có vợ là hoa hậu vẫn có bồ, bao nhiêu ông chồng có vợ là ngôi sao nổi tiếng thế giới với mấy cái tượng vàng Oscar cũng có bồ. Bao nhiêu ông chồng có vợ nết na thuỳ mị cả đời chỉ biết có chồng vẫn có bồ. Và kể cả bạn có là ai, bạn như thế nào, chồng bạn vẫn có bồ. Nếu anh ta muốn!

Vậy phải làm sao để chồng mình không có bồ và chung thuỷ với mình? Khi phụ nữ đừng làm đau phụ nữ nữa! Không còn phụ nữ muốn phá huỷ hôn nhân của người khác thì đàn ông nào kiếm đâu ra một cơ hội phản bội (Khi đó, bà vợ chỉ phải cẩn thận những thằng bạn của chồng).

Tiếc rằng phụ nữ luôn mưu hại phụ nữ! Phụ nữ luôn là đối tượng làm đau phụ nữ nhiều hơn cả đàn ông làm đau phụ nữ! Nhân danh trái tim xao động để làm bồ hay lấy cớ mưu sinh để làm bồ. Và cả những người phụ nữ đang dèm pha những người phụ nữ khác. Thậm chí, có khi họ chưa từng nói chuyện nhưng cứ lên wtt[1] sẽ thấy, phụ nữ đang làm đau phụ nữ thế nào! Hay đọc những comment trong các diễn đàn, dưới các bài báo về phụ nữ sẽ thấy. Và sẽ đau!

Vậy phải làm sao với đức ông chồng của mình?

---

1. Viết tắt của một diễn đàn mạng - webtretho.com

Nếu bạn biết đứt tay sẽ đau thì bạn có dám nghịch dao không? Các bà vợ nên cho chồng mình biết hậu quả của sự phản bội là gì!

Nếu đó là một viên kim cương lớn, bạn có dám để nó giữa trung tâm thương mại rồi bỏ đi không? Các bà vợ nên trở thành một viên kim cương và việc giữ vợ là của các ông chồng!

Và nếu thay vì làm vợ, chúng ta có thể làm bạn thân với chồng, cùng nhau nhiều nhất có thể thì chồng bạn có đủ bản lĩnh mà có bồ không?

Tôi không dạy bạn cách để giữ chồng! Không! Tôi muốn bạn có một gia đình hạnh phúc! Tôi muốn nhắc bạn không phải là làm vợ thế nào, tôi chỉ nhắc bạn: Làm phụ nữ thế nào!

Bạn là bạn chứ không phải là một cô vợ hay một cô bồ!

Và nếu chồng bạn có bồ, hãy nhớ cho: Đó không phải là lỗi của bạn! Chỉ là anh ta đã không còn xứng đáng để bạn dốc lòng nữa!

PHẦN DÀNH CHO NGƯỜI ĐỌC

Nếu anh có bồ, em sẽ:

_____

_____

_____

_____

_____

_____

_____

_____

_____

_____

_____

_____

_____

_____

_____

_____

_____

_____

CHẲNG CÓ MẢNH GHÉP NÀO
VỪA VẶN NGAY ĐÂU!

Có nhiều người cứ đi tìm mãi một mảnh ghép vừa vặn với mình mà không biết rằng cuộc đời này chẳng có đâu một mảnh ghép như thế!

Bởi cần vừa vặn thì phải tự gọt giũa cái Tôi của mình. Từ cả hai phía. Chứ không phải từ một phía. Là còn chưa kể, theo thời gian, nó sẽ vênh sau mỗi chạm va, sau những tác động của cuộc đời lên mỗi người!

Có nhiều người, tìm thấy mảnh ghép nọ, bèn hì hụi mài giũa. Nhưng chỉ một phía. Và rồi biến dạng cả mình. Làm các mảnh ghép sau vì thế mà càng khó ghép. Đau khổ từ đó mà ra!

Lại có người, khi yêu sẵn lòng mài giũa cho hợp khít nhau. Vậy mà cưới nhau về, cả hai không chịu mài giũa sau vài bận cong vênh. Cứ sau vài bận thế, cong vênh càng lớn, mảnh ghép càng lệch nhau. Rồi xa lạ nhau tự lúc nào!

Tôi đã từng nói nhiều bận trong nhiều bài viết của mình: Hôn nhân không phải là kết quả của tình yêu! Hôn nhân có cuộc đời và sinh mệnh riêng của nó! Vì thế, bạn đã nuôi tình yêu thế nào thì hãy nuôi hôn nhân nhiều hơn thế! Bằng không chỉ lòng quan tâm mà còn là nghĩa vụ, trách nhiệm cũng như khát khao đi cùng nhau đến cuối đời!

Một mảnh ghép vừa vặn với mình, hãy bắt đầu bằng một mảnh ghép và lòng khát muốn trở nên vừa khít vào nhau!

PHẦN DÀNH CHO NGƯỜI ĐỌC

Những điều khác biệt giữa chúng ta và chúng ta cần tuỳ chỉnh để vừa vặn với nhau anh nhé!

NHIỀU HƠN MỘT LỜI HỨA BÊN NHAU

Ai yêu nhau, cưới nhau mà không muốn người kia hứa
sẽ ở bên ta đến lúc bạc đầu?

Nhưng nếu chỉ là ở bên nhau thì đấy thôi, vẫn bao người ở bên nhau mà có đâu hạnh phúc? Bao nhiêu người yêu xa mà vẫn cảm thấy hạnh phúc đấy thôi!

Bởi hoá ra, hạnh phúc lại chẳng phải là hai người sống chung, kề cận nhau sớm tối. Khi đồng sàng dị mộng, lúc không cùng tầng bay. Là thế, ở bên nhau mà mỗi người một giấc mơ, nằm cạnh nhau mà hai tầng bay khác. Ở bên nhau như thế hỏi có hạnh phúc không?

Tôi có một người thân. Anh lấy vợ và rất yêu vợ (là anh nghĩ thế). Họ luôn ở bên nhau. Anh với cô ấy có ba năm yêu nhau và bốn năm kết hôn. Cuộc hôn nhân ấy nhiều người ngoài nhìn vào rất ngưỡng mộ. Chính anh cũng bảo anh từng ngưỡng mộ cuộc hôn nhân ấy. Anh có thể viết vài cuốn sách về cuộc hôn nhân ấy. Anh tin rằng cuộc hôn nhân ấy sẽ đi đến già với nhau nếu như vợ anh không... ngoại tình!

Nhiều năm sau, khi anh có một cuộc hôn nhân khác, anh mới nhận ra rằng mình đã chưa từng yêu người vợ trước. Anh bảo: "Chỉ đến khi anh hạnh phúc thực sự, anh mới hiểu ra rằng hạnh phúc là gì! Hạnh phúc không phải là bên nhau đâu!"

Bởi bên nhau mà hai người hai thế giới. Tưởng là hoà hợp đấy mà hoá ra chỉ là hai người cố gắng để sống chung, nỗ lực giữ một mái nhà. Họ thoả hiệp với nhau để có một gia đình. Nhưng sâu thẳm (đến họ cũng không nhận ra) họ vẫn cô đơn. Bởi bên nhau mà chẳng chia sẻ được cho nhau điều gì. Là cả hai chẳng ai muốn lắng nghe ai cả. Sau nhiều trận cãi vã, hai người ấy quyết định "gọt giũa" mình. Thay vì tìm tiếng nói chung, họ học cách bỏ qua nhau. Thay vì chia sẻ, họ tránh né vì họ không muốn cãi nhau nữa! Anh theo đuổi ước mơ của anh (vẫn không quên chăm sóc gia đình), cô cũng có những ước mơ của cô (vẫn không quên chăm sóc gia đình). Rồi một hôm nọ, cô tìm thấy người cùng tầng bay với cô, học thức thua anh nhưng lại chia sẻ được với cô. Thế là a lê hấp. Hôn nhân vỡ. Anh đau đớn lắm! Nhưng cái đau đớn đó (mãi sau này anh mới nhận ra) chỉ là lòng tự ái của anh khi bị tổn thương. Chứ chẳng phải vì tiếc nuối cuộc hôn nhân đó hay người vợ đó!

Câu chuyện ấy ám ảnh tôi nhiều năm trời. Tôi nhận ra rằng nhiều hơn một lời hứa bên nhau hoá ra lại chính là lời hứa cùng nhau.

Phải! Là cùng nhau.

Chừng nào chúng ta còn cùng nhau được, chừng đó chúng ta còn hạnh phúc!

Cùng nhau.

Là cùng nhau!

Thế nên, nhiều hơn một lời hứa bên nhau, hãy cam kết với người ấy của bạn một lời cùng nhau!

Là em sẽ cùng anh lo thế giới này!

Là anh sẽ cùng em giữ ngọn lửa bếp nhà mình!

Là em sẽ cùng anh vượt qua khó khăn!

Là anh sẽ cùng em tận hưởng cuộc tình già!

Đừng làm hậu phương vững chắc nữa!

Hãy là đồng đội cùng một chiến tuyến với nhau!

Là thế nhé!

PHẦN DÀNH CHO NGƯỜI ĐỌC

Chúng ta là một đội bởi vì:

HÔN NHÂN CẦN MỘT ĐÔI TAI
DÀNH CHO NHAU

Có bao cuộc hôn nhân nhàm chán dần theo thời gian. Là bởi đôi tai bị bít kín rồi!

Chúng ta cứ nói đến những thứ cao siêu như yêu bằng tim, như sự quan tâm, để tâm chứ không phải là để ý, như là chia sẻ, tin cậy hay duy trì lãng mạn. Nó đúng. Nhưng nó quá cao siêu và trừu tượng. Tôi nghĩ hãy đơn giản là bắt đầu bằng một đôi tai mở ra dành cho nhau!

Đôi tai. Một đôi tai mở. Là lắng nghe trong mọi yêu thương. Cha mẹ với con cái cũng cần đôi tai mở để đừng áp đặt nhau theo cách nghĩ của mình. Đang yêu cũng cần đôi tai mở để lắng nghe nhau.

Hôn nhân lại càng cần đôi tai mở hơn nữa. Tôi vẫn hỏi các đôi sắp cưới nhau rằng: "Đó có phải là người mà em muốn nghe anh ta nói chuyện đến cuối đời không?" Bởi hôn nhân còn là gì khi hai con người ấy thôi muốn nghe nhau?

Tôi đã chứng kiến những cô vợ không còn muốn nghe chồng nói nữa. Rồi cuộc hôn nhân đó đổ vỡ!

Tôi cũng từng chứng kiến những ông chồng nói lời xin lỗi vợ chỉ vì anh ta không muốn nghe vợ cằn nhằn nữa. Đó chẳng phải là một đôi tai bít kín đó sao?

Khi đủ độ xa nhìn lại, các cuộc hôn nhân đổ vỡ phần nhiều chẳng phải vì người thứ ba hay vì không có điểm chung. Nguyên nhân sâu xa luôn là một đôi tai bít kín. Bởi họ hết muốn nghe nhau hay bởi họ không còn biết cách nghe nhau.

Lắng nghe. Lắng nghe. Chừng nào vợ chồng còn biết lắng nghe nhau, còn muốn lắng nghe nhau thì cuộc hôn nhân ấy còn nồng đượm. Chừng nào cha mẹ con cái biết lắng nghe nhau thì mối quan hệ đó mới tốt đẹp được. Một đôi tai mở là thứ cần phải nhớ và giữ trong một mối quan hệ yêu thương!

Tôi vẫn nói: Cả hai đều muốn thắng trong cuộc tranh cãi thì cuộc hôn nhân ấy sẽ thua. Là bởi thế, đôi tai bít kín. Không còn ai muốn nghe ai!

Thế nên, hãy tặng nhau một đôi tai mở...

PHẦN DÀNH CHO NGƯỜI ĐỌC

Những điều em muốn anh trân trọng:

_____

_____

_____

_____

_____

_____

_____

_____

_____

_____

_____

_____

_____

_____

_____

_____

_____

_____

_____

_____

_____

_____

NGHĨ NGHIÊM TÚC VỀ MỘT Ý NGHĨ NHẢM

Sáng nay, khi có người hớt hải gọi điện cho tôi báo khu nhà vợ chồng tôi ở bị cháy, tôi bỗng thắt ruột. Một ý nghĩ rất nhảm nhí thoáng qua. Vợ tôi bảo: "Là bởi chồng xem quá nhiều phim về hoả hoạn thôi!"

Ừ! Nhưng quả thật, tôi đã muốn oà khóc tức tưởi như thế, lúc sáng nay, chạy xe điên loạn để kịp về với vợ và con!

Tôi không phải là người có thói quen mất rồi mới thấy hối tiếc! Tôi luôn hối tiếc ngay cả khi đang hạnh phúc bên nhau. Tôi luôn tham lam muốn nhiều hơn năng lực mình có thể làm. Tôi luôn bị hối tiếc đe doạ! Tôi không muốn mất dù chỉ vài phút, vài giây hạnh phúc bên vợ!

Tôi đã chẳng từng nói với vợ tôi: Hạnh phúc quá khiến người ta dễ cảm thấy bất an! Bởi cuộc đời này quá đỗi mong manh và bất tường về cái hạn cuối của mỗi cuộc đời. Nên tôi luôn sợ hãi. Nên tôi luôn chắt chiu từng vụn hạnh phúc một khi còn được ở cùng nhau.

Chúng ta đều được "học" về đổ vỡ bằng chính vài đoạn đời mình đã đi qua. Nên tôi càng quý trọng hạnh phúc này, cùng em!

Tôi sẽ không thể nói được cho em biết em ý nghĩa thế nào với cuộc đời tôi. Bởi nó là tất cả mọi ý nghĩa mà tôi có. Và cả những ý nghĩa mà chúng ta sẽ xây dựng cùng nhau mai này!

Nó chẳng phải là lời hẹn cùng nhau đến một ngôi nhà rộng hơn nữa! Mà nó là tay em trong tay tôi đi hết cuộc đời này!

Nó chẳng phải chỉ là ba đứa nhỏ nhà chúng tôi. Mà nó còn là một mái ấm vẹn tròn không hao khuyết. Để năm con người này yêu thương nhau đến tận cùng cuộc đời!

Nó cũng chẳng phải chỉ là "em yêu anh, anh yêu em" mà còn là được tận hưởng hạnh phúc cùng nhau, hoà làm một.

Ý nghĩ nhảm nhí sáng nay cho tôi một cơn đau có thật. Nhưng cũng nhắc tôi về một hạnh phúc đầy ắp mà tôi đang có!

Valentine chẳng phải để nói với nhau vài câu đường mật đâu. Mà để nhắc nhau về ý nghĩa đời ta khi có nhau!

Tôi lại muốn thêm một lần nữa tỏ tình với em đêm nay...

Nhắm mắt lại tưởng tượng một điều tệ hại nhất xảy ra là em nghĩ đến:

TÌNH YÊU ĐỦ NẶNG RỒI, ĐỪNG KHOÁC THÊM VÀO NỮA...

Là câu chuyện khi lái xe đưa vợ đi Metro,
lúc nhớ về năm tháng chúng tôi bắt đầu yêu nhau.
Dành tặng những cô gái nhỏ sắp yêu một ai đó!

Hồi ấy, khi bắt đầu thích nhau và hôn nhau nụ hôn đầu tiên, vợ tôi "âm mưu" gì trong đầu thì tôi không biết. Lúc đó, điều duy nhất mà tôi biết chỉ là: Hôn nhau thôi mà! Em cũng yêu anh đấy! Nhưng chỉ thế thôi nhé!

Nhưng chỉ thế thôi nhé!

Là cái cảm giác thật sự dễ chịu với loại đàn ông như tôi: Đam mê tự do!

Nhưng chỉ thế thôi nhé!

Khiến tôi muốn được nhiều hơn chỉ thế thôi nhé!

Không kiểm soát. Chẳng hứa hẹn. Vẫn rất quan tâm như một người tình chứ không phải giống một người vợ!

Nhiều cô gái nhỏ sau khi ngủ với bạn trai của mình (thậm chí là chưa ngủ) luôn tự biến mình thành một người vợ với quá nhiều quan tâm, chăm sóc. Can thiệp quá sâu vào đời anh ta. Thậm chí mở toang cả lòng mình, đời mình và bắt nhốt anh chàng đó vào trong cùng đủ mọi ràng buộc!

Như: Cuộc đời em là của anh! Cứ tuỳ nghi sử dụng và phải chịu trách nhiệm với đời em!

Như: Đời anh là của em! Anh phải để em sắp đặt và sử dụng nó!

Như: Em không cần biết anh làm thế nào nhưng anh mà làm em buồn là em khóc, em dỗi, em giận!

Như: Mọi nỗi đau của em là anh phải chịu trách nhiệm với nó dù anh không phải tác giả nỗi đau ấy!

Tôi không thể tiếp tục một tình yêu như thế!

Nó quá mong manh sao còn bắt nó mang vác thêm nhiều thế?

Yêu thôi mà sao như đã đeo gông vậy?

Không! Chỉ thế thôi!

Yêu nhau thôi!

Là cuộc đời em vẫn do em điều hành!

Anh sẽ tham gia nhưng sử dụng nó phải xin phép em!

Và ngược lại, em sẽ làm thế với cuộc đời của anh!

Cô gái nhỏ ấy khiến tôi cảm thấy tình yêu là một điều tuyệt đẹp mà cuộc sống ban tặng cho tôi!

Hơn cả thế, cô gái nhỏ ấy khiến tôi cảm giác mình đang yêu một cô gái tuyệt vời nhất!

Phải! Trở thành một cô gái tuyệt vời chứ không phải trở thành một cô vợ!

Là bạn có cô ấy như những gì cô ấy có chứ không phải có cô ấy như những gì bạn muốn có!

Khác nhau nhiều lắm!

Nếu bạn muốn cô ấy như thế nào thì bạn phải "lao động" thật sự!

Bằng trái tim bạn, tất nhiên!

Là trân trọng đủ để cô ấy không rời bỏ bạn! (Nguy cơ tiềm ẩn là cô gái tuyệt vời này sẽ tìm thấy một chàng trai tuyệt vời khác nếu bạn không đủ tuyệt vời để giữ cô ấy lại.)

257

Là nỗ lực nhiều hơn để tình yêu được sâu sắc và gắn kết hơn!

Là quan tâm, để tâm thay vì để ý!

Là luôn cảm thấy cô ấy còn tuyệt vời nữa, nữa và nữa chứ không chỉ như những gì mình thấy!

Là chân trời của cô ấy thật rộng lớn và bạn muốn được bay cùng cô ấy!

Cứ thế! Cứ thế!

Từng ngày! Từng ngày!

Cho đến khi bạn muốn cưới ngay cô ấy!

Bạn muốn và tình nguyện làm chồng của cô ấy vì bạn không muốn mất cô ấy, bạn muốn giữ cô ấy suốt cuộc đời còn lại của mình!

Ai bảo khi đó vợ tôi không yêu tôi trọn vẹn?

Yêu đến si mê và sẵn sàng cho tôi một quả thận nếu tôi cần!

Nhưng không phải bằng cách miễn phí!

Vô điều kiện nhưng không miễn phí!

Bởi nàng trân trọng bản thân nàng, giá trị của nàng không được tính bằng tình yêu của nàng với tôi mà là bằng con người của nàng, cách sống của nàng! Nàng tuyệt vời trước hết là cho chính nàng. Và tôi chỉ là kẻ thưởng thức cuộc đời đó, con người đó!

Và rồi tôi muốn gắn kết cuộc đời mình với nàng vì nghiện nàng rồi!

Tất cả đều cần thời gian để một tình yêu đủ độ thương, đủ vị, đủ ăn mòn nhau, thâm nhập vào đời nhau, vừa khít sau nhiều căn chỉnh, gọt giũa (có khi là đau đớn).

Nhưng trên hết, tôi đã bắt đầu tình yêu với nàng giống như cách người ta nuôi lớn một đứa trẻ! Không thể bắt nó biết đi khi nó còn chưa cứng cáp, không thể bắt nó biết tính toán làm thơ trước khi nó biết nói!

Này những cô gái nhỏ sắp yêu!

Em nhớ nhé!

Hãy giúp tình yêu lớn lên một cách tận tuỵ thay vì ngay lập tức muốn nó giống một tình yêu... trên phim!

Tôi hỏi: "Nếu hồi đó anh chỉ xác định ngủ với em rồi chuồn thì sao?"

Vợ tôi đáp: "Thì đời anh đâu được như hôm nay."

Ừ, hãy suy nghĩ về điều này đi các cô gái nhỏ của anh!

Và làm điều đó theo cách của riêng em!

Tôi biết có mười vạn tám ngàn chục trăm gã đàn ông giống tôi trên cuộc đời này nếu em biết yêu kiểu như vợ tôi!

PHẦN DÀNH CHO NGƯỜI ĐỌC

Suy nghĩ của em:

_____

_____

_____

_____

_____

_____

_____

_____

_____

_____

_____

_____

_____

_____

_____

_____

_____

_____

_____

260

GIẬT MÌNH THẬT NHẸ TỐI THỨ SÁU!

Tôi cần em giật mình thật nhẹ với mỗi tối thứ Sáu.

Để thêm trân trọng thời gian.

Để cuống cuồng chút nữa với những dự định, mục tiêu của đời em.

Để bao dung hơn, tha thứ hơn cho những sai sót của cuộc đời em!

Để gần hơn chút nữa những tình cảm yêu thương mà các em đang có!

Và để biết rằng, chúng ta có những ngày đủ thời gian chăm chút cho chính bản thân mình!

Em thân yêu!

Ý nghĩa của cuộc đời là cho cuộc đời này một ý nghĩa!

Nếu tối thứ Sáu em xuống phố, em sẽ thấy rất nhiều hạnh phúc dọc đường em đi! Đừng ghen tị! Hãy mở lòng để được lây lan!

Như tối thứ Sáu, tôi vẫn được thấy những hẹn hò ở nhà hàng của mình! Là gia đình, là bạn bè, là các cặp đôi yêu nhau... Họ chọn tối thứ Sáu để thoả thuê yêu thương bên nồi lẩu! Họ hạnh phúc vì họ không thờ ơ với ý nghĩa ngày cuối tuần! Họ hạnh phúc vì họ làm chủ đời họ chứ không phải để cuộc đời kéo lê họ đi!

Tôi muốn em cũng vậy, những cô gái nhỏ của tôi ơi!

Một bữa cơm bên người thân!

Một tối trải lòng bên bạn bè!

Một tối thứ Sáu xả sạch âu lo, thả phanh cảm xúc, dốc tuột trái tim!

Đừng ngần ngại!

Đừng lo ai đánh giá mình!

Đừng sợ sến!

Đừng nhốt ham muốn của bản thân!

Chẳng phải tôi nói với em rồi đấy sao, gái ngoan thì lên thiên đường, gái hư thì đi khắp nơi! Đừng đổ bê tông trái tim mình bằng mớ nguyên tắc! Hãy thử vô nguyên tắc tối nay xem!

Dù em có nổi loạn thì có sao?

Chỉ cần em giật mình nhẹ giùm tôi mỗi tối thứ Sáu!

Không có trai thì còn vô số gái!

Không có ai ôm em thì em vẫn có thể tặng những cái ôm của mình mà!

Không có bạn bè thì có gia đình!

Không có gì vui thì trở thành một niềm vui đi!

Hãy để đôi chân của mình được hoạt động: Đi!

Hãy để đôi tay mình được hoạt động: Ôm!

Hãy để cho đôi mắt mình được hoạt động: Ngắm!

Hãy để cho đôi tai mình được hoạt động: Nghe!

Hãy để tâm trí mình được hoạt động: Bay!

Hãy để cho trái tim mình được hoạt động: Mở!

Dùng hết mọi giác quan của mình em nhé!

Thật lòng tôi mong!

PHẦN DÀNH CHO NGƯỜI ĐỌC

Chương trình cuối tuần của vợ chồng mình là:

HẠNH PHÚC LÀ CẢM NHẬN. CẢM NHẬN HẠNH PHÚC!

Có một đoạn đối thoại thế này!
Cô gái nhỏ:

- Tại sao không ai thích tôi hết?

Chàng trai đang lớn:

- Tôi thích bạn.

Cô gái nhỏ:

- Tôi không quan tâm!

Có thể chúng ta sẽ cười và cho rằng cô gái nhỏ ấy đích thị là cô gái tóc vàng hoe!

Nhưng hoá ra trong cuộc sống, có đôi câu chuyện đã xảy ra y hệt thế!

Cô gái nhỏ quên mất điều cô ấy xứng đáng có được mà chỉ chăm chăm nghĩ về điều cô ấy muốn có mà không được!

Cô gái nhỏ ạ! Hạnh phúc không phải là đạt được tất cả những điều mình muốn! Hạnh phúc là tận hưởng những điều mình đang có! Là biết tận hưởng nó!

Tôi biết có nhiều trái tim đau bởi cứ mãi tha thiết điều không thuộc về mình! Tha thiết đến mụ mị! Tha thiết đến giận dữ và đánh giá chính bản thân mình, tự cho mình là người thua cuộc!

Tôi biết có những hằn học sinh ra từ lòng đố kỵ, nhỏ nhen và hẹp hòi! Mà nào đâu phải cô gái nhỏ là như thế? Chỉ là bởi cô bị che khuất bởi những ước muốn bị từ chối! Cô ước muốn những điều chưa bao giờ thuộc về cô. Và dĩ nhiên, chẳng thể nào có được. Và trở nên hằn học. Và trở nên ác nghiệt! Huỷ hoại trái tim trong veo kia mất rồi!

Em ơi, cô gái nhỏ của tôi ơi!

Làm sao hái được sao trời?

Làm sao có được tất cả những gì mình muốn?

Tôi nói thế chẳng phải để vùi dập ước mơ của em! Chỉ là mơ ước thì cứ ước mơ! Bay thì không cần giới hạn! Nhưng hãy biết trân quý và tận hưởng những gì em đang có! Đừng đếm cả những điều mình không có vào cuộc đời mình! Để an yên cho trái tim này!

Hạnh phúc là để tận hưởng chứ nó không phải là phần thưởng hay cái đích của cuộc đời!

Hạnh phúc là điều nảy sinh, tự nảy sinh chứ không phải là thứ cướp của ai hay mượn của ai!

Hạnh phúc là cảm nhận chứ không phải để lồng kính treo ngắm!

Những muốn nói cùng em về nhiều hơn nữa giá trị em đang có mà em lỡ quên mất, em lỡ không nhận ra!

Như trái tim em!

Như ánh mắt em!

Như tuổi trẻ căng tràn của em!

Hạnh Phúc là Cảm Nhận.

Cảm Nhận Hạnh Phúc

Em nhớ cho...

PHẦN DÀNH CHO NGƯỜI ĐỌC

Hạnh phúc trong em là:

TRÁI TIM LÀM SAO ĐỂ THÔI BÃO LŨ?

Có người hỏi tôi: Làm sao để trái tim thôi bão lũ?
Cuộc đời thật ngắn ngủi mà sao mọi người cứ làm nhau đau?

Chúng ta thật không có cách nào để thay đổi thế giới, không có cách nào để bắt người khác phải hành xử thế này hay thế khác! Chỉ có thể thay đổi chính bản thân mình, góc nhìn của mình và nghĩ khác đi từ những cảm nhận của mình!

Như nghĩ về những thứ cảm xúc tiêu cực bằng cái nhìn tích cực! Kiểu như:

PHẪN NỘ là tự trừng phạt bản thân chỉ vì lỗi lầm của người khác! Thế nên đừng phẫn nộ nữa, hãy cùng họ chỉnh sửa lại hoặc coi đó là chuyện đã xảy ra rồi! Phẫn nộ không giúp họ làm đúng được đâu! Phẫn nộ chỉ làm cho mọi thứ thêm mệt mỏi, ức chế!

PHIỀN NÃO là tự dày vò bản thân chỉ vì những lỗi lầm của chính mình! Thế nên thôi phiền não đi! Lỗi lầm sẽ mãi là lỗi lầm nếu như ta cứ khắc ghi nó quá lâu! Buông bỏ và tự tha thứ cho mình đi!

HỐI HẬN là huỷ hoại chính mình chỉ vì những chuyện viển vông đã qua! Thế nên đừng tiếc nuối nữa! Nó đã qua rồi! Dù cho đó có là mất mát lớn đến đâu thì nó cũng qua rồi! Trong khi bạn đang hối hận, nhiều cơ hội nữa đã trôi qua và mai này bạn sẽ lại hối hận tiếp thôi!

LO LẮNG là tự đe doạ chính mình chỉ vì những rủi ro mơ hồ trước mắt! Thế nên thay vì lo lắng, hãy đón nhận! Sẵn sàng đón nhận là cách để triệt tiêu lo lắng!

CÔ ĐƠN là giam cầm mình trong chính cái "lồng sắt" tự tạo ra! Thế nên mở lồng đi! Đừng giới hạn mình nữa! Đừng bắt mình phải sống trong chiếc lồng sắt quá nhiều quy tắc, lý do, lo lắng, mất tự tin! Đừng kiểu như muốn ra ngoài đi chơi nhưng lại cứ chờ có người đến đón!

TỰ TI là hạ thấp bản thân chỉ vì những điểm mạnh của người khác! Thế nên thôi hạ thấp bản thân đi! Biết không, mỗi người đều có những "vũ khí" riêng trong chiến đấu! Tự ti có thể khiến bạn bỏ xó vũ khí ấy đấy!

Trái tim vượt qua bão lũ bằng lòng yêu mình thực sự thay vì giới hạn mình! Thêm một ngọn lửa nhỏ nữa dành tặng các bạn yêu của tôi trong ngày đầu tuần mới, đầu tháng mới cũng như sẵn sàng cho một năm 2016 rất gần phía trước!

PHẦN DÀNH CHO NGƯỜI ĐỌC

Những điều em muốn thực hiện và cần anh cổ vũ:

272

TRÁI TIM NGUỘI RỒI
LẤY GÌ ĐỂ SƯỞI LẠI TIN YÊU?

Có quá nhiều nguyên nhân để đưa ra khi một trong hai người nguội lửa! Nhưng luôn ít, hoặc thậm chí là không có giải pháp nào để sưởi lại những tin yêu ấy!

Có một chàng trai nọ tìm đến tôi, tâm sự về cuộc hôn nhân đang nguội ngắt của mình khi cậu phát hiện ra vợ cậu đang say nắng đồng nghiệp!

Lại có một cô gái kia cũng tìm đến tôi tâm sự về cuộc hôn nhân đang nguội ngắt của cô khi cô phát hiện chồng mình đang liên lạc mật thiết với người yêu cũ!

Dường như hôn nhân nguội ngắt khi có người thứ ba xen vào. Hay nói cách khác, họ chỉ nhận ra cuộc hôn nhân của mình nguội ngắt khi có người thứ ba!

Mà biết đâu rằng người thứ ba xuất hiện khi hôn nhân ấy đã nguội! Người thứ ba chẳng phải lý do khiến cuộc hôn nhân ấy trở nên nguội ngắt đâu!

Chính vì lầm lẫn thế nên nhiều người cứ mải mê tìm cách tiêu diệt người thứ ba, để đầu óc xoay quanh người thứ ba!

Tôi bảo họ: Em cần phân biệt rõ việc em làm lúc này là gì. Nếu em làm vì cứu vãn hôn nhân, chúng ta sẽ có một vạn tám nghìn cách để cứu vãn cuộc hôn nhân đó! Nhưng em ạ, em sẽ không cứu được trái tim đã nguội ấy đâu! Tin không, chúng ta cứu cuộc hôn nhân ấy đến bao nhiêu lần nữa nếu người trong cuộc ấy đã hết tình yêu với mình? Bởi hết người thứ ba này sẽ lại có người thứ ba khác! Một khi hôn nhân ấy vẫn được xây dựng bằng một trái tim nguội ngắt!

Tôi bảo: Hãy nghĩ đến việc kéo lại con người, làm nóng lại trái tim họ thay vì cuộc hôn nhân kia!

Một khi trái tim họ nóng lại, cuộc hôn nhân tự khắc sẽ được cứu!

Để trái tim đã nguội trở nên nóng lại là điều vừa khó lại vừa dễ!

Dễ bởi chúng ta đã từng rất yêu nhau! Có câu *Tình Cũ Không Rủ Cũng Đến* là vậy! Sự thân thuộc nhau là một lợi thế!

274

Nhưng là khó cũng bởi việc đã quá thân thuộc với nhau vậy!

Vì thân thuộc quá nên những gì ta làm đều có thể bị coi là nhàm chán! Kể cả những điều đã từng được khen là rất hay ho!

Như việc bạn ăn mãi một món dù rất ngon thì cũng thành dở! Mấy thứ mà được dùng đi dùng lại rất khó để gây bất ngờ! Dù nó rất tốt! Dù nó rất tuyệt!

Thế nên để hâm nóng buộc bạn phải làm mới!

Làm mới mà vẫn phải rất thân thuộc!

Bởi mới quá cũng khiến đối phương không tin, không chấp nhận được!

Khó là thế!

Tôi bảo: Sao không nghĩ đến việc tự làm mới chính bản thân bạn chứ không phải chỉ là cách ứng xử của bạn với người đó?

Vẫn là chính bạn nhưng mới mẻ hơn, quyến rũ hơn, muốn yêu hơn!

Để thân thuộc ấy bỗng một hôm thấy mới mẻ thế!

Để người cũ ấy bỗng một hôm thấy ngạc nhiên thế, hấp dẫn thế!

Không chỉ là ngoại hình!

Mà hơn cả phải là một tinh thần!

Một tinh thần mới mẻ với những đam mê, hoặc những dịu dàng, hay những chín chắn... Tuỳ bạn chọn! Chỉ cần là nó vẫn là chính bạn nhưng sức sống hơn, khiến nhiều người phải yêu bạn hơn chứ không chỉ trái tim nguội kia!

Phải! Là tất cả những người xung quanh bạn phải thấy yêu bạn hơn! Thậm chí, không loại trừ việc có vài lời tán tỉnh bạn!

Tôi nghĩ rằng, là gì đi nữa, dù hôn nhân có đang kề miệng vực hoặc kể cả khi nó đang viên mãn thì việc của chúng ta vẫn cứ là phải khiến bạn đời của mình luôn ngưỡng mộ, ngạc nhiên và ham muốn mình! Trái tim của họ không thể nguội được nếu như nó luôn bị hấp dẫn bởi trái tim rực lửa của ta!

Tôi biết, sẽ có người kêu: Ôi sao khó thế?

Nhưng cuộc đời này có hạnh phúc nào dễ dàng không?

Nếu may mắn, ta có một bạn đời ít đòi hỏi và luôn biết ghi nhận ưu điểm của mình! Nhưng dường như kiếm được bạn đời như vậy là thậm khó! Thế nên, hôn nhân không bao giờ là điểm đến của tình yêu! Hôn nhân là điểm đi tiếp của tình yêu! Không có tình yêu trước hôn nhân với tình yêu sau hôn nhân. Chỉ có một tình yêu duy nhất xuyên suốt nó. Đến khi tình yêu đó kiệt sức mà tan!

PHẦN DÀNH CHO NGƯỜI ĐỌC

Suy nghĩ của bạn:

ANH MUỐN MỘT CUỘC TÌNH GIÀ VỚI EM THÔI!

Em hỏi: "Anh ước mơ điều gì?"
Anh chẳng cần nghĩ quá nửa giây để đáp:
"Anh muốn một cuộc tình già với em thôi!"

Chẳng phải tiền bạc dù tiền bạc luôn là gánh nặng với chúng ta khi em là con một, chúng ta chẳng trông cậy được ai trong chuyện báo hiếu với cha mẹ hai bên! Anh là con trưởng nên khác gì em, con một! Khi mà chúng mình có đến ba cái tàu há mồm bên dưới và đứa nào cũng khiến chúng mình muốn vắt kiệt sức ra để yêu chúng, để muốn chúng có một cuộc đời tuyệt nhất. Ba đứa con. Là còn chưa tính đến nhiều phen em muốn sinh thêm con cho anh! Và hơn cả thế, chúng mình đều mụ mị yêu nhau, không đứa nào chịu để bạn đời mình thiếu thốn hay thèm muốn thứ gì có thể mua được bằng tiền, luôn muốn đi du lịch, sắm nhà lớn, đi xe xịn và ăn thật ngon! Tiền bạc vì thế luôn là gánh nặng! Nhưng tiền bạc, chưa khi nào chúng ta để nó trong tim! Anh vẫn tin (và đã được cuộc đời chứng minh) rằng tiền bạc sinh ra không phải từ sự khôn ngoan của chúng ta. Nó được sinh ra bởi sự đồng lòng, tận tâm mà chúng ta dành tặng nhau! Càng yêu nhau chúng ta càng kiếm được nhiều tiền! Con cái càng sinh ra càng giúp ta có thêm nhiều hơn nữa sức mạnh và động lực để cày cuốc! *Hạnh Phúc* làm ra tiền để tiền lại nuôi *Hạnh Phúc* lớn hơn là thế!

Chẳng phải anh sẽ trở thành ông nọ bà kia, con đường công danh không phải là thứ mà anh mơ ước! Anh chỉ cần được tin yêu thay vì quyền năng làm tổn thương kẻ khác! Chẳng phải em sẽ trở thành chủ tịch của chuỗi nhà hàng hải sản khi chúng ta bắt đầu công cuộc mở rộng nhà hàng! Anh biết, em thừa năng lực để làm được điều đó, nhất là khi nhà hàng hiện nay quá thành công như thế! Anh tin và tự hào vì em đã làm được điều đó! Nên đó chẳng phải là ước muốn! Đó đã là điều hẳn nhiên khi chúng ta còn tiếp tục yêu nhau như lúc này!

Anh ước muốn được sống cùng em đến già! Được lẩy bẩy cầm tay em đi đến cuối cuộc đời, được thấy mái đầu bạc trắng của nhau, được gọi nhau là bà nó ơi, ông nó ạ! Được chứng kiến con mình trưởng thành, cưới vợ gả chồng sinh con cho chúng mình ướt mắt lên chức ông bà nội, ông bà ngoại!

Anh ước chúng ta dù nắng mưa, dù bệnh tật, dù thế nào cũng vẫn Sống Cùng Nhau đến lúc bạc đầu! Đầu bạc mà tình không bạc! Lòng già nhưng tim vẫn đôi mươi!

Anh biết đó là điều khó lắm! Nên anh mới ước! Nên nó mới là ước muốn cháy bỏng của anh!

Em ạ! Bởi cuộc đời quá nhiều thứ mong manh, đầy rẫy điều bất trắc! Anh đã chẳng kể cho em nghe đấy thôi về những chớp tắt của số mệnh! Người đi vì lạc lối! Kẻ đi bởi vận hạn! Có những cuộc tình dằng dặc mười năm còn đứt bóng! Có những người mới 30 tuổi mà đã lìa đời! Lại có những sự trớ trêu của số mệnh khiến gia đình ly tán, chồng sai phải vào tù, vợ lỡ mà chịu án! Có quá nhiều sự chia ly đến không tưởng tượng nổi! Càng khiến anh sợ hãi! Càng khiến anh cuống cuồng yêu em!

Anh muốn cuộc tình già với em thôi là vậy!

Để được thấy nhau móm mém!

Để được cười cùng nhau lúc hoàng hôn của đời người!

Để được kỷ niệm lần thứ 50-70-90 năm ngày ta bắt cặp với nhau!

Để có cháu chắt gọi ta í ới!

Để cầm bàn tay nhăn nheo của em cùng chống gậy đi bên nhau!

Và chỉ cần có thế

Cho phần còn lại của cuộc đời mình!

Bên em!

PHẦN DÀNH CHO NGƯỜI ĐỌC

Chúng ta sẽ già đi cùng lúc ảnh yêu này được lớn

lên. Em và anh sẽ có những điều này:

_____

_____

_____

_____

_____

_____

_____

_____

_____

_____

_____

_____

_____

_____

_____

_____

_____

_____

_____

MAY MÀ ĐỜI TA CÓ EM!

...Nếu không đời ta hẳn sẽ là buồn lắm,
thảm lắm và mờ mịt lắm!
...Nếu không thì đường về sẽ xa tít tắp đấy!
...Nếu không đời ta côi cút lắm!

Từ khi có em ta mới biết ta được yêu và xứng đáng được yêu đến nhường nào! Em cho ta cảm giác ta là người đàn ông số 1 trong cuộc đời này! Em khen ta và em mê ta! Lời khen nào cũng khiến ta cuồn cuộn lửa yêu em nhiều hơn! Lời khen nào cũng khiến ta muốn vượt qua biển lửa, trèo lên núi dao để chứng minh lời khen đó là chuẩn! Sao phải hà tiện lời khen với chồng mình? Sao nhiều cô vợ cứ khắt khe quá mức với chồng? Sao đòi hỏi

283

chồng mà không bao giờ sẵn lòng khen khi chồng làm giùm mình một điều gì đó? Sao chỉ nhìn thấy lỗi lầm của chồng mà không thấy những ưu điểm của chồng? May mà đời ta vớ được em!

Từ khi có em, ta nhận ra rằng không phải cơm nhà mới là ấm áp! Không phải chiều chạng vạng là bữa cơm gia đình hạnh phúc! Không! Mà nhà là nơi ta có nhau! Mà cơm hàng chỉ cần có nhau thì cũng hạnh phúc như cơm nhà! Bữa cơm chiều ở bất cứ đâu, chỉ cần có em là đã đủ ấm áp và hạnh phúc! Nơi nào ta có nhau nơi đó là Quán Ngủ Ngon! Em làm được điều ấy không cần viện đến tạp dề đầu bù tóc rối! Bởi cơm nhà mà không tình cảm thì thua xa cơm hàng mà tình cảm miên man! Ở bất cứ đâu em cũng sán lại gần ta, sát lại bên ta, ngả đầu, nắm tay, mắt nhìn ta lấp lánh hạnh phúc! Sao các cô vợ khác không làm như vậy với chồng mình? Sao cứ phải là cơm nhà? Sao cứ bắt buộc hạnh phúc phải theo chuẩn này lệ nọ? Không! Hạnh phúc là do mình cảm nhận!

Từ khi có em, ta biết em vì ta mà thay đổi thật nhiều! Tính đỏng đảnh của em đã được thay bằng mệnh lệnh! Hãy yêu em đi! Hãy hôn em đi! Hãy làm tình với em! Bởi em biết rằng thằng trẻ con trong ta ngu lâu lắm! Chờ ta hiểu ý em có mà chờ cả đời, thất vọng cả đời! Là mình muốn thế kia mà.

Là vợ chồng mà cần phải chơi trò đánh đố nhau ư? Không! Bởi phụ nữ là để *Yêu* chứ không phải là để *Hiểu*! Đừng bắt chồng hiểu mình. Có bắt, hãy bắt chồng yêu mình như mình muốn!

May mà đời ta có em chứ nếu không làm sao ta có thể hoàn thành xuất sắc vị trí một ông chồng với em.

Phải! Ta hạnh phúc vì em hạnh phúc và ngược lại! Ta yêu em bởi em đã yêu ta nhiều đến thế! Ta thay đổi vì em đã thay đổi, vì ta mà thay đổi!

Bởi rốt cuộc thì vợ chồng là để thương nhau đến cuối đời chứ có phải là để hơn thua dăm chốc.

Bởi cái chúng ta cùng vươn tới không phải là người vợ nhân dân hay ông chồng ưu tú! Cái mà ta vươn tới là hạnh phúc mỗi ngày, đi cùng nhau đến chết kia mà!

May mà đời ta có em để ta biết rằng ta có chỗ trong trái tim một người! Để ta biết mình đang sống có ý nghĩa với một người. Để ta biết mình là tất cả cuộc đời của một người: là Em!

May mà đời ta có em!

PHẦN DÀNH CHO NGƯỜI ĐỌC

Những may mắn khi em có anh:

_____

_____

_____

_____

_____

_____

_____

_____

_____

_____

_____

_____

_____

_____

_____

_____

_____

_____

_____

_____

THAY LỜI KHÉP SÁCH

Những điều em muốn nhắn nhủ với anh khi anh đã cùng em đọc đến trang cuối cùng này:

LỊCH ĐẶC BIỆT CỦA VỢ CHỒNG MÌNH

Tháng Một

Ngày đặc biệt cần nhớ:_____
Vì sao nó đáng nhớ:_____

_____

_____

_____

Ngày đặc biệt cần nhớ:_____
Vì sao nó đáng nhớ:_____

_____

_____

_____

Ngày đặc biệt cần nhớ:_____
Vì sao nó đáng nhớ:_____

_____

_____

Ngày đặc biệt cần nhớ:_____
Vì sao nó đáng nhớ:_____

_____

_____

Ngày đặc biệt cần nhớ:_____
Vì sao nó đáng nhớ:_____

_____

_____

_____

Tháng Hai

Ngày đặc biệt cần nhớ:_____
Vì sao nó đáng nhớ:_____
_____
_____
_____

Ngày đặc biệt cần nhớ:_____
Vì sao nó đáng nhớ:_____
_____
_____
_____

Ngày đặc biệt cần nhớ:_____
Vì sao nó đáng nhớ:_____
_____
_____

Ngày đặc biệt cần nhớ:_____
Vì sao nó đáng nhớ:_____
_____
_____

Ngày đặc biệt cần nhớ:_____
Vì sao nó đáng nhớ:_____
_____
_____
_____

Tháng Ba

Ngày đặc biệt cần nhớ:_____

Vì sao nó đáng nhớ:_____

_____

_____

_____

Ngày đặc biệt cần nhớ:_____

Vì sao nó đáng nhớ:_____

_____

_____

_____

Ngày đặc biệt cần nhớ:_____

Vì sao nó đáng nhớ:_____

_____

_____

Ngày đặc biệt cần nhớ:_____

Vì sao nó đáng nhớ:_____

_____

_____

Ngày đặc biệt cần nhớ:_____

Vì sao nó đáng nhớ:_____

_____

_____

_____

Tháng Tư

Ngày đặc biệt cần nhớ:_____
Vì sao nó đáng nhớ:_____
_____
_____
_____

Ngày đặc biệt cần nhớ:_____
Vì sao nó đáng nhớ:_____
_____
_____
_____

Ngày đặc biệt cần nhớ:_____
Vì sao nó đáng nhớ:_____
_____
_____

Ngày đặc biệt cần nhớ:_____
Vì sao nó đáng nhớ:_____
_____
_____

Ngày đặc biệt cần nhớ:_____
Vì sao nó đáng nhớ:_____
_____
_____
_____

Tháng Năm

Ngày đặc biệt cần nhớ:_____

Vì sao nó đáng nhớ:_____

_____

_____

_____

Ngày đặc biệt cần nhớ:_____

Vì sao nó đáng nhớ:_____

_____

_____

_____

Ngày đặc biệt cần nhớ:_____

Vì sao nó đáng nhớ:_____

_____

_____

Ngày đặc biệt cần nhớ:_____

Vì sao nó đáng nhớ:_____

_____

Ngày đặc biệt cần nhớ:_____

Vì sao nó đáng nhớ:_____

_____

_____

_____

Tháng Sáu

Ngày đặc biệt cần nhớ:_____

Vì sao nó đáng nhớ:_____

_____

_____

Ngày đặc biệt cần nhớ:_____

Vì sao nó đáng nhớ:_____

_____

_____

Ngày đặc biệt cần nhớ:_____

Vì sao nó đáng nhớ:_____

_____   _____

Ngày đặc biệt cần nhớ:_____

Vì sao nó đáng nhớ:_____

_____

Ngày đặc biệt cần nhớ:_____

Vì sao nó đáng nhớ:_____

_____

_____

Tháng Bảy

Ngày đặc biệt cần nhớ:_____
Vì sao nó đáng nhớ:_____

_____

_____

_____

Ngày đặc biệt cần nhớ:_____
Vì sao nó đáng nhớ:_____

_____

_____

_____

Ngày đặc biệt cần nhớ:_____
Vì sao nó đáng nhớ:_____

_____

_____

Ngày đặc biệt cần nhớ:_____
Vì sao nó đáng nhớ:_____

_____

_____

Ngày đặc biệt cần nhớ:_____
Vì sao nó đáng nhớ:_____

_____

_____

_____

Tháng Tám

Ngày đặc biệt cần nhớ:_____
Vì sao nó đáng nhớ:_____

_____

_____

Ngày đặc biệt cần nhớ:_____
Vì sao nó đáng nhớ:_____

_____

_____

Ngày đặc biệt cần nhớ:_____
Vì sao nó đáng nhớ:_____

_____

Ngày đặc biệt cần nhớ:_____
Vì sao nó đáng nhớ:_____

_____

Ngày đặc biệt cần nhớ:_____
Vì sao nó đáng nhớ:_____

_____

_____

_____

Tháng Chín

Ngày đặc biệt cần nhớ:_____

Vì sao nó đáng nhớ:_____

_____

_____

_____

Ngày đặc biệt cần nhớ:_____

Vì sao nó đáng nhớ:_____

_____

_____

_____

Ngày đặc biệt cần nhớ:_____

Vì sao nó đáng nhớ:_____

_____

_____

Ngày đặc biệt cần nhớ:_____

Vì sao nó đáng nhớ:_____

_____

_____

Ngày đặc biệt cần nhớ:_____

Vì sao nó đáng nhớ:_____

_____

_____

_____

Tháng Mười

Ngày đặc biệt cần nhớ:_____
Vì sao nó đáng nhớ:_____
_____
_____
_____

Ngày đặc biệt cần nhớ:_____
Vì sao nó đáng nhớ:_____
_____
_____
_____

Ngày đặc biệt cần nhớ:_____
Vì sao nó đáng nhớ:_____
_____
_____

Ngày đặc biệt cần nhớ:_____
Vì sao nó đáng nhớ:_____
_____
_____

Ngày đặc biệt cần nhớ:_____
Vì sao nó đáng nhớ:_____
_____
_____
_____

Tháng Mười một

Ngày đặc biệt cần nhớ: _____

Vì sao nó đáng nhớ: _____

_____

_____

_____

Ngày đặc biệt cần nhớ: _____

Vì sao nó đáng nhớ: _____

_____

_____

_____

Ngày đặc biệt cần nhớ: _____

Vì sao nó đáng nhớ: _____

_____

_____

Ngày đặc biệt cần nhớ: _____

Vì sao nó đáng nhớ: _____

_____

_____

Ngày đặc biệt cần nhớ: _____

Vì sao nó đáng nhớ: _____

_____

_____

_____

Tháng Mười hai

Ngày đặc biệt cần nhớ:_____

Vì sao nó đáng nhớ:_____

_____

_____

_____

Ngày đặc biệt cần nhớ:_____

Vì sao nó đáng nhớ:_____

_____

_____

_____

Ngày đặc biệt cần nhớ:_____

Vì sao nó đáng nhớ:_____

_____

_____

Ngày đặc biệt cần nhớ:_____

Vì sao nó đáng nhớ:_____

_____

_____

Ngày đặc biệt cần nhớ:_____

Vì sao nó đáng nhớ:_____

_____

_____

_____

MỤC LỤC

NHÀ XUẤT BẢN VĂN HỌC

Số 18 Nguyễn Trường Tộ - Ba Đình - Hà Nội
Điện thoại: 04.37161518 - 04.37163409; Fax: 04.38294781
Website: www.nxbvanhoc.com; www.nxbvanhoc.vn; Email: tonghopvanhoc@vnn.vn

* Chi nhánh tại Tp. Hồ Chí Minh: 290/20 Nam Kỳ Khởi Nghĩa - Quận 3
Điện thoại: 08.38469858; Fax: 08.38483481

* Văn phòng đại diện tại thành phố Đà Nẵng: 344 Trưng Nữ Vương - TP. Đà Nẵng
Điện thoại - Fax: 0511.3888333

ĐƠN VỊ LIÊN KẾT XUẤT BẢN VÀ PHÁT HÀNH

CÔNG TY TNHH THƯƠNG MẠI VÀ DỊCH VỤ VĂN HÓA ĐINH TỊ
Trụ sở chính:
Số 14 - A11 - KĐT Đầm Trấu - Q. Hai Bà Trưng - Hà Nội
ĐT: (+84)4. 39 334 889   Fax: (+84)4. 39 334 943
Website: www.dinhtibooks.com.vn
Email: contacts@dinhtibooks.com.vn / sales_hn@dinhtibooks.com.vn

Văn phòng đại diện tại TP. Hồ Chí Minh:
Số 78 đường số 1, Phường 4, Q. Gò Vấp. TP Hồ Chí Minh
ĐT: (+84)8. 38 446 287 Fax: (+84)8. 38 447 135
Email: sales_hcm@dinhtibooks.com.vn

Chịu trách nhiệm xuất bản: NGUYỄN ANH VŨ
Chịu trách nhiệm nội dung: TS. LA KIM LIÊN

Biên tập	: NGUYỄN THỊ HOÀNG TRANG
Bìa	: HOÀNG ĐẬU XANH
Chế bản	: BÙI ĐỨC THẮNG
Sửa bản in	: BẢO NGỌC - THU TRANG

In 1500 cuốn khổ 13cm x 18cm - Tại Công ty CP in SAVINA
Đ/C: 22B Hai Bà Trưng - Hoàn Kiếm - Hà Nội
Số ĐKXB: 887-2016/CXBIPH/07-57/VH ngày 29-3-2016
Quyết định xuất bản của NXB Văn học số: 1669/QĐ-VH ngày 16-9-2016
Mã số ISBN: 978-604-69-6432-2
In xong và nộp lưu chiểu quý IV năm 2016